நெகிழிக் கோள்

நெகிழிக் கோள்

இரா. மகேந்திரன் (பி. 1976)

அண்ணா பல்கலைக்கழகத்தில் வேதியியலில் டாக்டர் பட்டம் பெற்றவர்; பிரான்ஸ், போர்சுக்கல், தென் கொரியா உள்ளிட்ட உலக நாடுகளின் புகழ்பெற்ற கல்வி நிறுவனங்களில் ஆய்வு அனுபவமும் கொண்டவர். இவர் தற்போது அஞ்சலை அம்மாள் மகாலிங்கம் பொறியியல் கல்லூரி, ஆராய்ச்சி மற்றும் மேம்பாட்டு துறையின் ஒருங்கிணைப்பாளராகப் பணிபுரிகிறார்.

மின்னஞ்சல்: *anishmahendran2020@gmail.com*

கைபேசி எண்: 0091 97153 16532

இரா. மகேந்திரன்

நெகிழிக் கோள்

காலச்சுவடு பதிப்பகம்

அன்பார்ந்த வாசகருக்கு,

வணக்கம்.

காலச்சுவடு நூலை வாங்கியமைக்கு நன்றி.

நூலின் உள்ளடக்கம், உருவாக்கம், அட்டைப்படம் இன்ன பிற அம்சங்கள் பற்றிய உங்கள் கருத்துகளையும் ஆலோசனைகளையும் காலச்சுவடு வரவேற்கிறது. தகவல், எழுத்து, வாக்கியப் பிழைகள் தென்பட்டால் அவசியம் தெரிவித்து உதவுங்கள். நூல் தயாரிப்பில் கடும் குறைபாடு இருப்பின் மாற்றுப் பிரதி உங்களுக்குக் கிடைக்கக் காலச்சுவடு ஏற்பாடு செய்யும்.

மின்னஞ்சல்: **publisher@kalachuvadu.com**

காலச்சுவடு நாகர்கோவில் அலுவலகத்திற்குக் கடிதம் அனுப்பலாம்.

தங்கள்
எஸ்.ஆர். சுந்தரம் (கண்ணன்)
பதிப்பாளர் — நிர்வாக இயக்குநர்

நெகிழிக் கோள் ✦ சூழலியல் ✦ ஆசிரியர்: இரா. மகேந்திரன் ✦ © R.மகேந்திரன் ✦ முதல் பதிப்பு: செப்டம்பர் 2024 ✦ வெளியீடு: காலச்சுவடு பப்ளிகேஷன்ஸ் (பி) லிட்., 669, கே.பி. சாலை, நாகர்கோவில் 629001

காலச்சுவடு பதிப்பக வெளியீடு: 1291

nekizik kooL ✦ Environment ✦ Author: R. Mahendran ✦ © R. Mahendran ✦ Language: Tamil ✦ First Edition: September 2024 ✦ Size: Demy 1 x 8 Paper: 18.6 kg maplitho ✦ Pages: 112

Published by Kalachuvadu Publications Pvt. Ltd., 669, K.P. Road, Nagercoil 629001, India ✦ Phone: 91-4652-278525 ✦ e-mail:publications @kalachuvadu.com ✦ Printed at Real Impact Solutions, No.12, 3rd Street, East Abiramapuram, Mylapore, Chennai 600 004

ISBN: 978-93-6110-408-4

09/2024/S.No. 1291, kcp 5262, 18.6 (1) rss

தூய்மைப் பணியாளர்களுக்கு

பொருளடக்கம்

முன்னுரை 11

பகுதி 1: பிளாஸ்டிக் – பறவையின் பார்வையில்

பிளாஸ்டிக் – அறிமுகம் 15

பிளாஸ்டிக்கின் வரலாறு 18

பிளாஸ்டிக்கின் வகைகள் 20

இரண்டாம் உலகப் போரில் பிளாஸ்டிக் 21

ஒற்றைப் – பயன்பாட்டு பிளாஸ்டிக் 23

பகுதி 2: மாசுபாட்டிற்கு அப்பால்: பிளாஸ்டிக்கின் நன்மைகள்

பிளாஸ்டிக்கும் நோபல் பரிசும் 26

பிளாஸ்டிக் உற்பத்தி 28

விண்வெளி ஆராய்ச்சியில் பிளாஸ்டிக்கின் பயன்பாடு 30

கோவிட்–19 சிகிச்சையில் பிளாஸ்டிக் 32

பகுதி 3: முக்கிய பிளாஸ்டிக் மூலக்கூறுகள்

குறிப்பிடத்தக்க பிளாஸ்டிக்ஸ் 35

பாலித்தீன் – பிளாஸ்டிக் கிங்டம் 39

பகுதி 4: பிளாஸ்டிக் – சுற்றுச்சூழல் பிரச்சினை

பிளாஸ்டிக் சிதைவு 42

பசுமை இல்ல வாயுக்கள் உமிழ்வில் பிளாஸ்டிக்கின் பங்கு 46

மைக்ரோ பிளாஸ்டிக்ஸ் 47

நானோ பிளாஸ்டிக்குகள் 50

பிளாஸ்டிக் மாசுபாட்டின் விளைவுகள் 54

மனிதர்களுக்குப் பிளாஸ்டிக் மாசுபாட்டின் தாக்கங்கள் 57

நீர்நிலைகளில் பிளாஸ்டிக் மாசுபாடு	61
கடற்கரைகளில் பிளாஸ்டிக் மாசுபாடு	63
கிரேட் பசிபிக் குப்பைத் தீவு	66
கடல்வாழ் உயிரினங்களில் பிளாஸ்டிக் மாசுபாட்டின் தாக்கம்	67
நுண்ணுயிரிகளில் பிளாஸ்டிக்கின் தாக்கங்கள்	70
வளிமண்டலத்தில் பிளாஸ்டிக் மாசுபாட்டின் விளைவுகள்	73
பருவநிலை மாற்றத்தைத் துரிதப்படுத்துவதில் பிளாஸ்டிக்கின் பங்கு	75
மின்னணு பிளாஸ்டிக் குப்பைகளால் ஏற்படும் பாதிப்புகள்	77

பகுதி 5: பிளாஸ்டிக் மாசுபாட்டிற்கு எதிரான உலகளாவிய நடவடிக்கைகள்

ஐக்கிய நாடுகள் சுற்றுச்சூழல் திட்டம் (யு என் இ பி)	79
உலகளாவிய பிளாஸ்டிக் தடை	82
இந்தியாவில் பிளாஸ்டிக் தடை	84
தமிழகத்தில் பிளாஸ்டிக் தடை	86

பகுதி 6: பிளாஸ்டிக் மாசுபாட்டிற்கான தீர்வுகள்

பிளாஸ்டிக் மறுசுழற்சி	90
பிளாஸ்டிக் கழிவுகளை எரிபொருளாக மாற்றுதல்	92
பயோபிளாஸ்டிக்	93
பயோ டிகிரேடபிள் பிளாஸ்டிக்	95
மைக்ரோ அல்கா பயோ பிளாஸ்டிக்ஸ்	96
பிளாஸ்டிக்கைச் சிதைக்கும் நுண்ணுயிரிகள்	97
பிளாஸ்டிக் கழிவுகளைக் கட்டுமானப் பொருளாக மாற்றுதல்	98

பகுதி 7: பிளாஸ்டிக்கின் எதிர்காலம்

எங்கெங்கு காணினும் பிளாஸ்டிக்	100
நிலையான வளர்ச்சி இலக்குகளில் பிளாஸ்டிக் மாசுபாடு	101
வட்ட பொருளாதாரம்	103
பிளாஸ்டிக் மாசுபாட்டைக் குறைப்பதில் உள்ள சவால்கள்	104
பிளாஸ்டிக் மாசுபாட்டைக் குறைப்பதில் நமது பங்கு	105
References	109

முன்னுரை

பிளாஸ்டிக் ஒரு 'திடப்பொருள்'. இதனை நாம் எவ்வாறு பயன்படுத்துகிறோம் என்பதுதான் தற்போதைய சிக்கல். பிளாஸ்டிக் மாசுபாடு மிகவும் 'சிக்கலான' உலகளாவியச் சுற்றுச்சூழல் பிரச்சினையாகியுள்ளது. சுற்றுச்சூழலில் பிளாஸ்டிக் கழிவுகள் குவிந்து வருவது மனிதர்களுக்கும் விலங்கினங்களுக்கும் பூமியின் நிலைத்தன்மைக்கும் பெரும் அச்சுறுத்தலை ஏற்படுத்துகிறது. பிளாஸ்டிக், தமிழில் 'நெகிழி' என அழைக்கப்படுகிறது. நமது உணவுச் சங்கிலி, உணவு வலையில் ஊடுருவும் மைக்ரோ, நானோ பிளாஸ்டிக்ஸ்முதல், பிளாஸ்டிக் கழிவுகளில் சிக்கிக்கொள்ளும் கடல் வாழ் உயிரினங்கள்வரை, சுற்றுச்சூழல், பல்லுயிர்கள்மீது இந்த மாசுபாடு ஆதிக்கம் செலுத்திவருகிறது.

பிளாஸ்டிக் நமது உலகை 'ஆக்கிரமித்து' வெகு நாட்களாகிவிட்டது என்பதுதான் உண்மை. 21ஆம் நூற்றாண்டில் பிளாஸ்டிக் இல்லாத உலகை நம்மால் கற்பனை செய்து பார்க்க முடியாது. ஒவ்வொரு வருடமும் 400 மில்லியன் டன் அளவுள்ள பிளாஸ்டிக் பொருட்களை உற்பத்தி செய்வதன் மூலம் 'பிளாஸ்டிக் யுகத்தை' நாம் ஏற்கெனவே தொடங்கிவிட்டோம். பிளாஸ்டிக் பொருட்கள் நமது அன்றாட வாழ்வில் தவிர்க்க முடியாத அங்கமாகிவிட்டது. பிளாஸ்டிக் குவளைகள், டூத் பிரஷ், குழாய்கள், டூத் பேஸ்ட் கவர், வாளிகளைப் பயன்படுத்திக் காலைப் பொழுதைத் தொடங்குகிறோம். தண்ணீர் பாட்டில்கள், தயிர்,

பால் பாக்கெட்கள், முட்டைகளை வைக்கும் பெட்டிகள், சாக்லேட் கவர்கள், சீப்பு, தொலைக்காட்சி, குளிரூட்டிகள், வாகனங்களின் பாகங்கள், கணினி, மடிக்கணினி, புத்தகப் பைகள், ஏடிஎம் அட்டை, கால்குலேட்டர், மொபைல் போன்கள், கேரி பேக்குகள், கிப்ட் ரேப்பர்கள், சுவிட்சுகள், ஸ்ட்ராக்கள், மெத்தை என நாம் அன்றாடம் பயன்படுத்தும் பொருட்கள் அனைத்தும் பிளாஸ்டிக்கால் ஆனவை.

எடை குறைவாகவும், விலை மலிவாகவும் நீண்ட காலம் 'உழைக்கும்' தன்மையும் கொண்டுள்ளதால் பிளாஸ்டிக்கின் பயன்பாடு அதிகரித்து வருகிறது. பிளாஸ்டிக் பொருட்கள் பயன்படுத்தப்பட்ட பிறகு மண்ணில் மெதுவாக மட்குகின்றன. இதன் விளைவாக, அவை சுற்றுச்சூழலில் தேங்கி, மாசுபாட்டை ஏற்படுத்துகின்றன. இந்த மாசுபாடு வனவிலங்குகள், கடல்வாழ் உயிரினங்களுக்குப் பல்வேறு வழிகளில் தீங்கு விளைவிக்கிறது. இந்தச் 'செயற்கை' பிளாஸ்டிக்குகள் மண்ணில் மட்குவதற்கு நூற்றுக்கணக்கான ஆண்டுகள்கூட ஆகலாம். நாம் வாங்கும் எந்த ஒரு பிளாஸ்டிக் பொருட்களிலும் 'காலாவதித் தேதி' இருப்பதில்லை. ஏனெனில் பிளாஸ்டிக் பொருட்களின் 'காலாவதித் தேதி' நமக்குத் தெரியாது என்பதே உண்மை. பிளாஸ்டிக் உற்பத்தியில் பயன்படுத்தப்படும் கச்சா எண்ணெய், இயற்கை எரிவாயு ஆகியவை எரிக்கப்படும்போது, அவை கார்பன் டை ஆக்சைடு, மீத்தேன், நைட்ரஸ் ஆக்சைடு போன்ற பசுங்குடில் வாயுக்களை வெளியிட்டு, பூமி வெப்பமாதலைத் துரிதப்படுத்துகின்றன. பிளாஸ்டிக் பொருட்கள் உற்பத்திக்கு உலகளவில் ஆண்டுக்குச் சுமார் 8 பில்லியன் டன் கச்சா எண்ணெய், இயற்கை எரிவாயு பயன்படுத்தப்படுகிறது.

மாசுபாடு என்பது நிலம், நீர், வளி மண்டலத்தின் இயல்பான நிலையை மாற்றும் 'செயல்'. பொதுவாக நிலம், தாதுக்கள், கரிமங்கள், நீர், காற்று என நான்கு முக்கியக் கூறுகளால் ஆனது. இதில், அழையா விருந்தாளியாக, பிளாஸ்டிக் பொருட்கள் சேர்வது 'நில மாசுபாடு' ஆகும். 'பிளாஸ்டிஸ்பியர்' என்பது மனிதனால் உருவாக்கப்பட்ட 'பிளாஸ்டிக் சுற்றுச்சூழல்' அமைப்பு. பிளாஸ்டிக் உற்பத்தி தொடங்கி ஏறக்குறைய 50 ஆண்டுகளுக்குப் பிறகுதான், சுற்றுச்சூழலில் இதன் தாக்கங்கள் பற்றி நாம் புரிந்துகொண்டு வருகிறோம். இம்மாசுபாடு உலகளாவிய பிரச்சினையாகும். பாலைவனங்கள், மலைகள், சிகரங்கள், ஆழ்கடல் பகுதிகள், வளி மண்டலத்தின் பல்வேறு அடுக்குகள், ஆர்க்டிக், அண்டார்டிக் பனிப்பாறைகள்வரை பிளாஸ்டிக் ஊடுருவியுள்ளது. உலகின் உயரமான 'எவரெஸ்ட்'

சிகரத்திலும் ஆழமான பகுதியான பசிபிக் கடலிலுள்ள 'மரீனா டிரென்சிலும்' பிளாஸ்டிக் பொருட்கள் கண்டறியப்பட்டுள்ளன.

1907இல் பயன்பாட்டிற்கு வந்த உலகின் முதல் செயற்கைப் பிளாஸ்டிக்கான 'பேக்கலைட்'தான் பிளாஸ்டிக் யுகத்தைத் தொடங்கியது. 1970களில்தான் வணிகரீதியான பிளாஸ்டிக் பைகள் உபயோகத்திற்கு வந்தன. உலகளவில், 1950களில் 20,00,000 டன்னாக இருந்த பிளாஸ்டிக் உற்பத்தி, 2019இல் 46,00,00,000 டன்களாக உயர்ந்தது. 1950–2019 காலக்கட்டத்தில், சுமார் 9,50,00,00,000 டன் பிளாஸ்டிக் பொருட்கள் உற்பத்தி செய்யப்பட்டன. இதேநிலை தொடர்ந்தால், 2025ஆம் ஆண்டுக்குள் 11,00,00,00,000 டன் பிளாஸ்டிக் பொருட்கள் சுற்றுச்சூழலில் 'கழிவுகளாக'க் குவிந்துவிடும் அபாயம் உள்ளது. உலகளவில், ஒவ்வொரு நிமிடமும் சுமார் 1 மில்லியன் பிளாஸ்டிக் பைகள் பயன்படுத்தப்படுகின்றன.

1930இல், விஞ்ஞானிகள் கடலில் உள்ள 'பிளாங்க்டனை' ஆய்வு செய்தபோதுதான், கடலில் பிளாஸ்டிக் மாசுபாட்டை முதன்முதலில் கண்டறிந்தனர். நாம், கடலினை 170 டிரில்லியனுக்கும் அதிகமான பிளாஸ்டிக் துகள்களால் நிரப்பி 'பிளாஸ்டிக் சூப்'போல மாற்றியுள்ளோம். தற்போதைய மறுசுழற்சித் தொழில்நுட்பங்கள், பெருகிவரும் பிளாஸ்டிக் கழிவுகளைச் சமாளிக்கப் போதுமானதாக இல்லை. ஒவ்வொரு ஆண்டும் 5–13 மில்லியன் டன் 'மட்காத' பிளாஸ்டிக் கழிவுகள் பெருங்கடல்களில் கலக்கப்படுகின்றன. கடலிலுள்ள விலங்குகள், பறவைகள் இந்தப் பிளாஸ்டிக்கை உட்கொண்டும், சிக்கியும் பலியாகிவருகின்றன. இதிலுள்ள தீங்கு விளைவிக்கும் இரசாயனங்கள் மண், நிலத்தடி நீரில் ஊடுருவி உயிரினங்களைப் பாதிக்கிறது, தாவரங்களையும் சேர்த்து. இம்மாசுபாட்டைத் தவிர்க்க, இதன் பயன்பாட்டைக் குறைப்பது, மாற்றுப் பொருட்களைப் பயன்படுத்துவது, கழிவு மேலாண்மை அமைப்புகளை மேம்படுத்துவது போன்றவை அவசியமாகும். இந்தப் புத்தகம் பிளாஸ்டிக் பொருட்களின் உற்பத்தி, வாழ்க்கைச்சுழற்சி, சுற்றுச்சூழலில் இதன் தாக்கத்தைக் குறைப்பது, பிளாஸ்டிக் மாசுபாட்டால் உண்டாகும் சமூக, பொருளாதார, சுகாதார விளைவுகள், தீர்வுகளை அறிவியல் பூர்வமாக விளக்குகிறது. தற்போதைய சூழலில் பிளாஸ்டிக் மாசுபாடு 'மிகப் பெரியதாக'த் தோன்றினாலும், கூட்டு முயற்சியினாலும் நம்முடைய அன்றாடப் பழக்கவழக்கங்களில் பிளாஸ்டிக் பொருட்கள் பயன்படுத்துவதைத் தவிர்ப்பதன் வழியாகவும் பெருமளவு குறைக்க முடியும். பிளாஸ்டிக்

பொருட்கள் பற்றிய புரிதலும் விழிப்புணர்வும்தான் இம்மாசுபாட்டைக் குறைக்க நாம் எடுக்கும் முதல் படியாகும்.

நூல் ஆக்கத்தில் ஊக்கமளித்த உயர்நீதிமன்ற முன்னாள் நீதிபதி. ஏ. ராமமூர்த்தி, முனைவர். எஸ்.என். ராமசாமி, முனைவர். கே. மோகன், முனைவர். ஜே. பழனிவேல், முனைவர். ஐ. கிறிஸ்டி ராஜ் ஆகியோருக்கும் மனமார்ந்த நன்றி. நூலில் பிழைகளைத் திருத்தி உதவி புரிந்த திருமதி. பி. சுதாவுக்கு மிக்க நன்றி. இந்த நூல் சிறப்புற வர உதவி செய்த பி. சத்திய நாராயணன், வி. ஜெயராம், எம். அனிஷ், டி. ஹரிஷ், டி. யாஷிகா, எஸ். தனிஷா ஆகியோருக்கும் மனமார்ந்த நன்றி.

தஞ்சாவூர் **இரா. மகேந்திரன்**
09-05-2024

1

பிளாஸ்டிக் - பறவையின் பார்வையில்

பிளாஸ்டிக் – அறிமுகம்

நமது பூமியின் வயது சுமார் 4.5 பில்லியன் ஆண்டுகள். 3.5 பில்லியன் ஆண்டுகளுக்கு முன்பு தான் உலகில் நுண்ணுயிரிகள் தோன்றின. ஹோமோசேப்பியன்ஸ் எனும் நவீனகால மனித இனம், ஆப்பிரிக்காவில், 2,60,000-3,50,000 வருடங்களுக்கு முன்பு தோன்றியதற்கான புதைபடிவ, மரபணுச் சான்றுகள் உள்ளன. ஹோமோசேபியன்ஸின் புதைபடிவ எச்சங்கள் மொராக்கோவில் கண்டுபிடிக்கப்பட்டுள்ளன. நமது முன்னோர்கள் ஆப்பிரிக்காவில் தோன்றிப் பின்னர் உலகின் பல்வேறு பகுதிகளுக்குக் குடிபெயர்ந்தனர்.

நமது நாகரிகம், கல் கருவிகளைப் பயன்படுத்துவதன் மூலம் தொடங்கியது. இந்தக் காலத்தில் மனிதர்கள் வேட்டையாடுவதற்கும், வீடுகள் கட்டுவதற்கும் கற்களையே பயன்படுத்தினர். கற்கள் கனமாகவும், எளிதில் உடையக்கூடியதாகவும் இருந்தன. அதன் பிறகு உலோகக் காலம் தொடங்கியது. இதை வெண்கலக் காலம், இரும்புக் காலம் எனப் பிரிக்கலாம். இந்தக் காலத்தில் கருவிகள், ஆயுதங்கள் செய்வதற்கு உலோகங்கள் பயன்படுத்தப்பட்டன. இவை கற்களைவிட எடை குறைவாகவும், வலிமையாகவும் இருந்தன.

நாம் பயன்படுத்திய முதல் உலோகம் தாமிரம். இது எடை அதிகமாகவும், துரு பிடிக்கும் தன்மையையும் கொண்டிருந்தது. பிறகு, கண்ணாடிக் காலம். இது அலங்காரப் பொருட்கள், பாத்திரங்கள் தயாரிப்பதற்குப் பயன்படுத்தப்பட்டது. இது எளிதில் உடையும் தன்மையைக் கொண்டிருந்தது. இவை அனைத்துக்கும் மாற்றாக பிளாஸ்டிக் அதிக வலிமையுடனும், லேசானதாகவும் விலை மலிவாகவும் இருந்ததால், நாம் இதை அதிக அளவில் பயன்படுத்தத் தொடங்கினோம். இதுவே தற்போது நாம் வாழும் 'பிளாஸ்டிக் காலம்'. கல், உலோகங்கள், கண்ணாடி யுகங்கள் மனித நாகரிகத்திற்கு அடித்தளம் அமைத்தாலும், 'பிளாஸ்டிக் யுகத்தில்' தான் நாம் பெரும் முன்னேற்றங்களை அடைந்துள்ளோம் என்பதை மறுக்க இயலாது. கல், உலோகம், கண்ணாடியைவிட இது பல நன்மைகளைக்கொண்டுள்ளதே இதற்குக் காரணம். குறிப்பாக, இதனைப் பல்வேறு வடிவங்கள், அளவுகளில் எளிதில்

கற்காலம்
கி.மு. 2500000 – 4000

வெண்கலக் காலம்
கி.மு. 3200 – 1200

இரும்புக் காலம்: 1200 கி.மு. – 100 கி.பி. (மயிலாடும்பாறை)

கண்ணாடிக் காலம்: கி.பி. 1300லிருந்து

செயற்கைப் பிளாஸ்டிக் காலம்: கி.பி. 1907லிருந்து

வடிவமைக்கலாம். கண்ணாடியைப் போல் உடையாமலும், உலோகங்களைப் போல் துருப் பிடிக்காமலும் இரசாயனங்கள், ஈரப்பதம், சுற்றுச்சூழல் காரணிகளால் பாதிக்கப்படாமலும் நீண்ட காலம் உழைக்கும் தன்மையும் கொண்டது.

பிளாஸ்டிக் என்ற சொல் 'பிளாஸ்டிகோஸ்' என்ற கிரேக்க மொழியிலிருந்து தோன்றியதாகும். 'பிளாஸ்டிகோஸ்' என்ற சொல்லுக்குத் தமிழில் 'நெகிழக்கூடிய / எளிதில் வடிவமைக்கக் கூடிய' என்று பொருள். பிளாஸ்டிக் பொருட்கள் சிறிய கரிம / கனிம மூலக்கூறுகளால் ஆனவை. இந்த மூலக்கூறுகள் வேதிவினையால் இணைக்கப்பட்டுள்ளன. இந்த மூலக்கூறுகள் 'மீண்டும் மீண்டும்' இணைந்து, மிகப்பெரிய மூலக்கூறுக் கட்டமைப்பை உருவாக்குகின்றன. பிளாஸ்டிக் பொருட்களின் மூலக்கூறுக் கட்டமைப்புதான் இவற்றின் பண்புகளைத் தீர்மானிக்கிறது. ஒரு பிளாஸ்டிக் பொம்மையைக் கற்பனை செய்து பாருங்கள். எவ்வளவு நெகிழ்வானது, எவ்வளவு கடினமானது எவ்வளவு மீள்கிறது என அனைத்துப் பண்புகளும் அதன் சிறிய கட்டுமானத் தொகுதிகள் (மூலக்கூறுகள்) எவ்வாறு ஒழுங்கமைக்கப்பட்டுள்ளன என்பதைப் பொறுத்தது. இவ்வாறு சிறிய மூலக்கூறுகள் (மோனோ – ஒன்று) இணைக்கப் பட்ட மாபெரும் 'கட்டமைப்பு' மூலக்கூறுகள் 'பாலிமர்கள்' (பாலி – பல) என்று அழைக்கப்படுகின்றன. அதனால்தான், பிளாஸ்டிக்குகள் பாலித்தீன், பாலிஸ்டிரீன், பாலிப்ரோப்பிலீன் என 'பாலி'யில் தொடங்குகின்றன. பிளாஸ்டிக்குகள் பெரும்பாலும் கார்பன், ஹைட்ரஜன், ஆக்ஸிஜன், நைட்ரஜன், சல்பர், குளோரின், ப்ளோரின், பாஸ்பரஸ், சிலிக்கான் போன்ற தனிமங்களால் ஆனவை. பாலிமருக்கும், பிளாஸ்டிக்குக்கும் உள்ள முக்கிய வேறுபாடு என்னவென்றால், பாலிமர்கள் இயற்கை மூலங்களிலிருந்தோ / செயற்கையாகவோ பெறப்படலாம். ஆனால் பிளாஸ்டிக் என்பது பெரும்பாலும் வேதிவினைகளின்

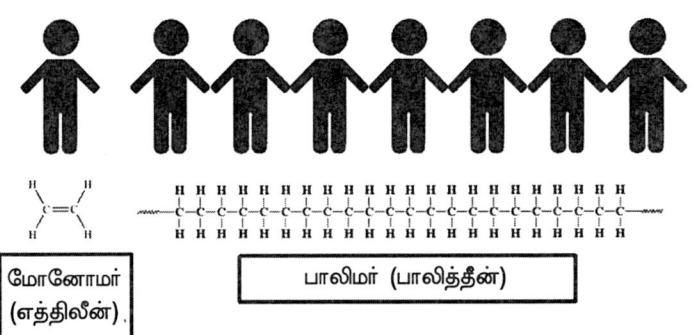

மோனோமர்
(எத்திலீன்)

பாலிமர் (பாலித்தீன்)

மூலம் செயற்கையாகவே தயாரிக்கப்படுகிறது. பெரும்பாலான பிளாஸ்டிக்குகள் 'மிக நீண்ட' கண்ணிகளைக் கொண்டவை. பிளாஸ்டிக் உற்பத்தி 'பாலிமரைசேஷன்' எனப்படும்.

பிளாஸ்டிக்கின் நன்மைகள்: குறைந்த எடை, அதிக வலிமை, குறைந்த உற்பத்திச் செலவு, துருப் பிடிக்காத தன்மை, நீண்டகால உழைக்கும் திறன், குறைந்த விலை, இரசாயனங்கள் தண்ணீரால் பாதிக்கப்படாத தன்மை, குறைந்த வெப்பம், குறைந்த மின்சாரம் கடத்தும்திறன் போன்ற பண்புகள் காரணமாக பிளாஸ்டிக் நம் வாழ்வில் தவிர்க்க முடியாத அங்கமாகிவிட்டது.

பிளாஸ்டிக்கின் தீமைகள்: செயற்கைப் பிளாஸ்டிக்குகள் மண்ணில் மட்குவதற்கு 250–400 வருடங்கள்கூட ஆகலாம். நாம் முதலில் கண்டுபிடித்த செயற்கைப் பிளாஸ்டிக்கான 'பேக்கலைட்' இன்னும் மண்ணில் மட்கவில்லை. பிளாஸ்டிக் உற்பத்தியின்போது, நச்சுப் பொருட்களும், அபாயகரமான சாயங்களும் பயன்படுத்தப்படுகின்றன. இவை சுற்றுச்சூழலுக்குப் பெரும் பாதிப்பை உண்டாக்குகின்றன. மேலும் பிளாஸ்டிக்கின் 'மறுசுழற்சிச் செயல்முறை' மிகவும் கடினமான ஒன்று. இறுதியில், பெரும்பாலான பிளாஸ்டிக் கழிவுகள் கடல்களில் சேர்வதால், இவை கடல்வாழ் உயிரினங்களுக்குப் பெரும் தீங்கை விளைவிக்கின்றன. பிளாஸ்டிக் கவரில் உள்ள சூடான உணவை நாம் உட்கொள்வது உடல் நலத்திற்குக் கேடு விளைவிக்கக் கூடியதாகும். பிளாஸ்டிக் பொருட்கள் எரியும்போது, அவை வளிமண்டலத்தில் நச்சு மூலக்கூறுகளை உமிழ்கின்றன. காற்று மாசுபாடு மோசமான நிலையை அடைந்ததற்குப் பிளாஸ்டிக் தயாரிக்கும் முறையும், எரியும்போது வெளியிடும் நச்சு மூலக்கூறுகளும் முக்கியக் காரணங்களாகும்.

பிளாஸ்டிக்கின் வரலாறு

பிளாஸ்டிக் என்பது பாலிமரின் ஒரு பிரிவு என்பது நாம் அறிந்ததே. 'பாலிமர்' என்ற சொல், முதன்முதலில் 1833இல் வேதியியலாளர் ஜேக்கப் பெர்சிலியஸால் அறிமுகப்படுத்தப்பட்டது. பெரும்பாலும், பிளாஸ்டிக் பொருட்கள் செயற்கை 'மோனோமர்'களால் உருவாக்கப்பட்ட நீண்ட மாபெரும் கட்டமைப்பு மூலக்கூறுகளாகும். 1862இல் அலெக்சாண்டர் பார்க்ஸ், லண்டனில் நடந்த 'கிரேட் இன்டர்நேஷனல் கண்காட்சியில்' தனது கண்டுபிடிப்பான 'பார்கன்சைன்' பிளாஸ்டிக்கை அறிமுகப்படுத்தினார். பார்கன்சைன், தாவர மூலமான செல்லுலோஸிலிருந்து

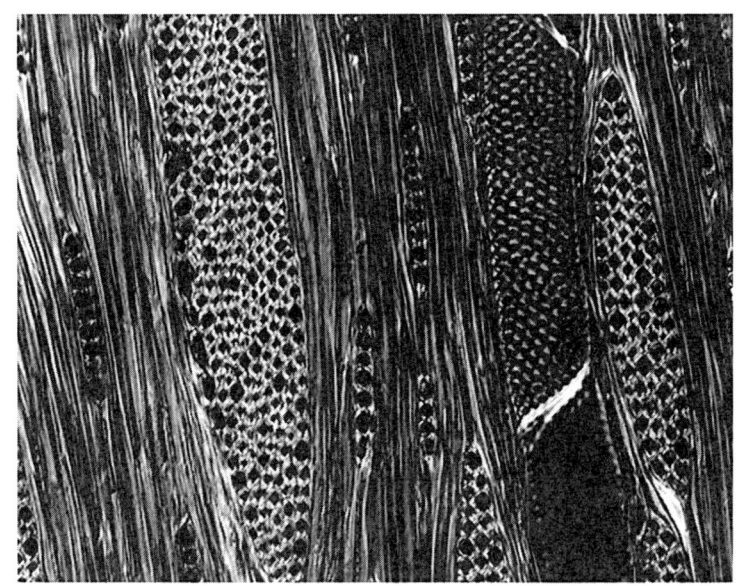

நுண்ணோக்கி வழியே 'தாவர செல்லுலோஸ்' என்ற இயற்கைப் பாலிமர்

பெறப்பட்ட கரிமப் பொருள். இது நீண்ட, நேர்க்கோடு போன்ற மாபெரும் மூலக்கூறு ஆகும். 1870ஆம் ஆண்டில், ஜான் வெஸ்லி ஹயாட், செல்லுலோஸில் 'வேதியியல் மாற்றங்கள்' செய்து செல்லுலாய்டு என்ற புதிய பிளாஸ்டிக்கை உருவாக்கினார். இந்தச் 'செல்லுலாய்டு' அந்தக் காலத்தில் பில்லியர்ட் பந்துக்களைத் தயாரிக்கப் பயன்படுத்தப்பட்டது.

இயற்கையிலேயே ஆயிரக்கணக்கான எளிதில் மட்கும் பாலிமர்கள் உள்ளன. விலங்குகள், தாவரங்கள், நுண்ணுயிரிகளில் காணப்படும் 'புரதங்கள்' இயற்கைப் பாலிமர்களே. இவைகள் 'பெப்டைட்' பிணைப்புகளால் 'இணைக்கப்பட்ட' அமினோ அமில மோனோமர்களால் ஆனவை. பாலிசாக்கரைடுகள் என்பவை சர்க்கரை மோனோமர்களால் ஆன கார்போஹைட்ரேட்டுகள் (எடுத்துக்காட்டாக, செல்லுலோஸ், ஸ்டார்ச், கிளைகோஜன்). உயிரினங்களில் மரபணுக் குறியீடுகளைக் 'கடத்தும்' டி.என்.ஏ. வும் (டியோக்சி ரைபோ நியூக்ளிக் அமிலம்) ஒரு பாலிமரே. இயற்கை ரப்பர், இது ரப்பர் மரத்தின் பாலிலிருந்து தயாரிக்கப்படும் பிளாஸ்டிக். இது 'ஐசோபிரீன்' எனப்படும் மோனோமரால் ஆனது. பட்டுப்புழுக்கள், சிலந்திகள் போன்ற பூச்சிகள் உருவாக்கும் இழைகளும் 'பைப்ரோயின்' எனும் பாலிமரால் ஆனது. 1900ஆம்

ஆண்டுவரை, வேதியியலாளர்களால் பாலிமர்களை முழுமையாகப் புரிந்துகொள்ள இயலவில்லை. ஏனென்றால், அப்போது மூலக்கூறுகளைக் ‘கண்டறியும் / காணும்’ உபகரணங்கள் கண்டறியப்படவில்லை. இரண்டாம் உலகப் போருக்குப் பிறகுதான் பிளாஸ்டிக் பொருட்களின் உற்பத்தி அதிகரிக்கத் தொடங்கியது. குறிப்பாக உணவு பேக்கேஜிங். கிட்டத்தட்ட 60% பிளாஸ்டிக் பொருட்கள், உணவு, பானங்களைப் ‘பேக்’ செய்யவே பயன்படுத்தப்படுகிறது.

பிளாஸ்டிக்கின் வகைகள்

வெப்பம் தாங்கும் பண்பின் அடிப்படையில், பிளாஸ்டிக்குகளை இரண்டுவகைப்படுத்தலாம். (1) தெர்மோ பிளாஸ்டிக்ஸ் (2) தெர்மோசெட்டிங் பிளாஸ்டிக்ஸ்.

தெர்மோ பிளாஸ்டிக்ஸ்

இது பலமுறை உருக்கி மீண்டும்மீண்டும் வடிவமைக்கக் கூடியது. இவை உயர் வெப்பநிலையில் மென்மையாகவும், குளிர்ந்தவுடன் கடினமாகவும் மாறும் தன்மை கொண்டது. உதாரணமாக பாலிப்ரோப்பிலீன், பாலிவினைல் குளோரைடு, பாலித்தீன், பாலிகார்பனேட், பாலிஅமைடு, பாலிஇமைடு, பாலிஸ்டிரீன், பாலியஸ்டர். இந்தப் பிளாஸ்டிக்குகளின் மூலக்கூறு நிறை 20,000 – 5,00,000 அணு நிறை அலகு (அ நி அ) வரை இருக்கக்கூடும். உதாரணமாக, நீர் மூலக்கூறின் (H_2O) நிறை 18 அ நி அ ஆகும். நீர் மூலக்கூறில் இரண்டு ஹைட்ரஜன் அணுக்கள் (1 அ நி அ x 2 = 2 அ நி அ) ஒரு ஆக்ஸிஜன் அணு (16 அ நி அ) உள்ளன. எனவே, நீரின் மூலக்கூறு எடை 2 + 16 = 18 அ நி அ. இதுபோல, பாலிமரின் மூலக்கூறு எடை என்பது ஒரு ‘மேக்ரோ கட்டமைப்பு மூலக்கூறில்’ உள்ள அணுக்களின் எடையின் சராசரிக் கூட்டுத்தொகையாகும். இது பாலிமர் கட்டமைப்புகளின் நீளத்தைப் பொறுத்து வேறுபடும். அனைத்துப் பாலிமர் மூலக்கூறுகளும் ஒரேமாதிரியான மூலக்கூறு எடையைக் கொண்டிருப்பதில்லை. இதன் நெகிழ்வுத்தன்மை, நீடித்து உழைக்கும் திறன் காரணமாக பைகள், விளையாட்டுச்

பாலிமரைசேஷன்
மோனோமர்கள்
பாலிமர்

சாதனங்கள், ஷாம்பு, குடிநீர் பாட்டில்கள், கயிறுகள், தரைவிரிப்புகள், பொம்மைகள், பாத்திரங்கள், வாளிகள், ஹேங்கர்கள், அழகுசாதனப் பொருட்கள், சிரிஞ்ச்கள், குழாய்கள், தொலைபேசிகள், செயற்கை இழைகள் (பாலியஸ்டர், நைலான்), விமானத்தின் பாகங்கள் எனப் பல்வேறு பொருட்களைத் தயாரிக்கப் பயன்படுகிறது. இதே விகிதத்தில் நாம் பிளாஸ்டிக்கைப் உலகளாவிய தெர்மோபிளாஸ்டிக் சந்தை, 2023 இல் யு எஸ் $ 292.2 பில்லியனை எட்டியது. இதே நிலை தொடருமானால், 2033 ஆம் ஆண்டிற்குள், தெர்மோபிளாஸ்டிக் சந்தை யு எஸ் $ 518.3 பில்லியன் வரை உயரக்கூடும் என கணிக்கப்பட்டுள்ளது.

தெர்மோசெட்டிங் பிளாஸ்டிக்ஸ்

இந்த வகை பிளாஸ்டிக்கை ஒருமுறை சூடாக்கி குறிப்பிட்ட வடிவில் 'வார்த்த' பிறகு, மீண்டும் உருக்கி வடிவைக்க முடியாது. இவற்றைச் சூடுபடுத்தும்போது 'இரசாயன மாற்றமடைவதால்' இவற்றின் வடிவம் மற்றும் நிலைத் தன்மையை மீட்க முடியாது. இவற்றை மறுசுழற்சி செய்வது கடினம். இவை அதிக வெப்பம் தாங்கும் திறனையும், அதிக வலிமையையும், இரசாயனங்கள் பாதிக்கப்படாத தன்மையையும் கொண்டுள்ளன. இவை 'குறுக்குப் பிணைப்பு' பாலிமர் கட்டமைப்புகளைக் கொண்டுள்ளதால், முப்பரிமாண (3 டி)

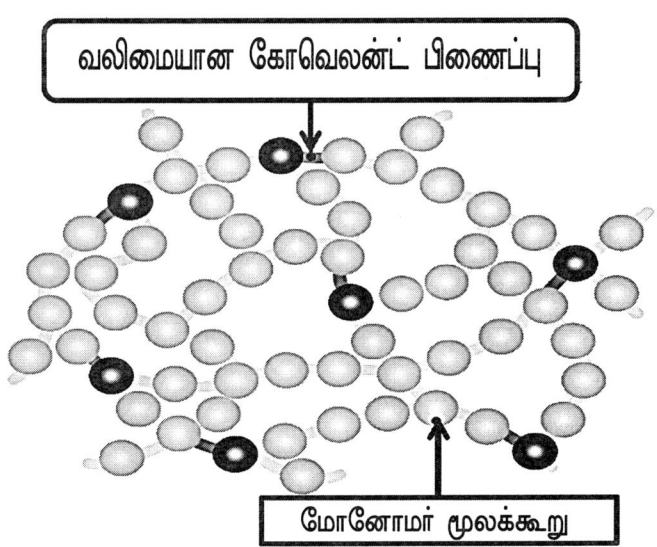

பின்னல்களையும் உருவாக்குகின்றன. உதாரணம் பேக்கலைட், மெலமைன், சிலிகான், எபோக்சி, பீனாலிக்.

இந்தப் பிளாஸ்டிக்குகள் மின் சுவிட்சுகள், மருத்துவ உபகரணங்கள், இயந்திரங்களின் பாகங்கள், தலைக்கவசங்கள், பாத்திரங்களின் கைப்பிடிகள், மின் இணைப்புகள், சர்க்யூட் போர்டுகள் தயாரிக்கப் பயன்படுகின்றன.

இரண்டாம் உலகப் போரில் பிளாஸ்டிக்

இரண்டாம் உலகப் போர் (1 – 9 – 1939 முதல் 2 – 9 – 1945 வரை) பிளாஸ்டிக் உற்பத்தியில் பெரும் புரட்சியை ஏற்படுத்தியது. 1930 வரை பேக்கலைட், செல்லுலாய்டு போன்ற பிளாஸ்டிக்குகளே பெருமளவு பயன்பாட்டில் இருந்தன. போரின்போது, தாமிரம், அலுமினியம், எஃகு, துத்தநாகம் போன்ற உலோகங்கள் ராணுவப் பயன்பாட்டிற்குப் பெரிதும் பயன்பட்டதால், அதன் இருப்பு குறைந்தது. எனவே உலோகங்களுக்கு மாற்றாகச் செல்லுலோசிக்ஸ், அக்ரிலிக், நைலான், பினாலிக், பாலித்தீன் போன்ற பிளாஸ்டிக்குகள் பயன்படுத்தப்பட்டன. இதன் நீடித்த உழைக்கும் திறன், குறைந்த எடை, இரசாயனங்களால்

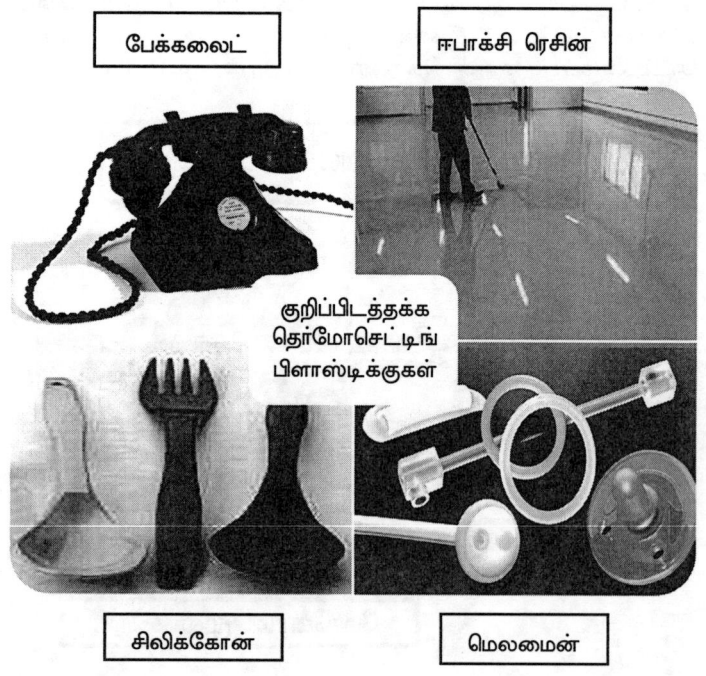

பேக்கலைட்
ஈபாக்சி ரெசின்
குறிப்பிடத்தக்க
தெர்மோசெட்டிங்
பிளாஸ்டிக்குகள்
சிலிக்கோன்
மெலமைன்

பாதிக்கப்படாத தன்மை காரணமாக, ராணுவத் தளவாடங்கள் தயாரிக்கப் பயன்படுத்தப்பட்டது. நைலான் பாராசூட், கயிறு, உடல் கவசம், ஹெல்மெட் செய்யப் பயன்படுத்தப்பட்டது. விமானத்தின் ஜன்னல்கள் 'பிளெக்ஸிகிளாஸ்', விமான காக்பிட்கள் 'பெர்ஸ்பெக்ஸ்' பிளாஸ்டிக்காலும் தயாரிக்கப் பட்டது. போரின்போது மருத்துவத்திலும் பிளாஸ்டிக்குகள் அதிகமாகப் பயன்படுத்தப்பட்டன. நைலான், செல்லுலாய்டு, பேக்கலைட் போன்ற பிளாஸ்டிக்குகள் சிரிஞ்ச்கள், அறுவை சிகிச்சைக் கருவிகள், செயற்கை மூட்டுகள் தயாரிப்பிலும், 'பிளாஸ்டிக் சர்ஜரி' செய்யவும் பயன்படுத்தப்பட்டன. 1945இல் போர் முடிவடைந்த பின்னரும், இதன் பயன்பாடு குறைய வில்லை. புற ஊதாக் கதிர், நீரால் பாதிப்படையாத தன்மை காரணமாக விமானப் பாகங்கள், தொலைபேசிகள், டயர்கள், முகக்கவசங்கள், ஹெல்மெட்கள், முத்திரைகள், ரேடியோ தயாரிக்கப் பிளாஸ்டிக்குகள் பயன்படுத்தப்பட்டன. போரின்போது இதன் உற்பத்தி 1939இல் 9,60,00,000 கிலோவிலிருந்து 1945இல் 3,71,00,00,00 கிலோவாக உயர்ந்தது. வடஅமெரிக்காவில் மட்டும் பிளாஸ்டிக் உற்பத்தி 300% அதிகரித்தது.

அன்னப் பறவையின் குஞ்சுகள் பிளாஸ்டிக் துகள்களால் பாதிக்கப்படலாம்
(நன்றி – பிக்சர் – அலையன்ஸ்)

ஒற்றைப் – பயன்பாட்டுப் பிளாஸ்டிக்

ஒற்றைப் – பயன்பாட்டுப் பிளாஸ்டிக் என்பது ஒருமுறை மட்டுமே பயன்படுத்தப்படும் பிளாஸ்டிக் பொருட்கள் ஆகும். உதாரணமாக, பிளாஸ்டிக் கத்திகள், கரண்டிகள், ஸ்ட்ராக்கள்,

பைகள், டூத் ப்ரஷ்கள், ரேப்பர்கள், தட்டுகள். கோவிட் – 19 பெருந்தொற்றுக் காலத்தில் நாம் பயன்படுத்திய 'பாதுகாப்பு உபகரணங்கள்' பெரும்பாலும் ஒற்றைப் பயன்பாட்டு பிளாஸ்டிக்குகளே. ஒவ்வொரு ஆண்டும் 5 லட்சம் கோடி பிளாஸ்டிக் பைகளைப் பயன்படுத்துகிறோம். குறிப்பாக பாட்டில்கள், பைகள், உணவு பேக்கிங்கில் பயன்படுத்தப்படும் பிளாஸ்டிக்கிலுள்ள நச்சுக்கள் நமக்குப் பெரும் தீங்கை விளைவிக்கின்றன. இந்த நச்சுக்கள் நமது நாளமில்லாச் சுரப்பிகளைச் சீர்குலைக்கும் திறன்கொண்டவை. இந்த நச்சுக்கள் நமது வளர்சிதை மாற்றம், ஆற்றல் சமநிலை, மனநிலை, இரத்த சர்க்கரை அளவு, இரத்த அழுத்தம், எலும்புகளில் பெரும் பாதிப்பை ஏற்படுத்துகிறது.

பிளாஸ்டிக் மாசுபாடு, பறவை இனங்களுக்கும் பெரும் ஆபத்தை விளைவிக்கிறது. இந்தப் படத்தில் உள்ள அன்னக் குஞ்சுகள், பிளாஸ்டிக் துகள்களை 'இரை' என நினைத்து உட்கொண்டால் ஊட்டச்சத்துக் குறைபாடு, ஹார்மோன் குறைபாடு, செரிமானப் பிரச்சினைகள், குடல் அடைப்புக் காரணமாக இறக்க நேரிடலாம். ஒருமுறை பயன்படுத்தக்கூடிய பிளாஸ்டிக்கை 'டிஸ்போசபிள் பிளாஸ்டிக்' என நினைப்பது தவறானது. பெரும்பாலும், அனைத்துப் பிளாஸ்டிக் பொருட்களும் மறுசுழற்சி செய்யக்கூடிய வகையிலும், மீண்டும்மீண்டும் பயன்படுத்தக்கூடிய வகையிலுமே தயாரிக்கப்படுகின்றன. ஆனால் நாம்தான் ஒரு முறை பயன்படுத்திவிட்டு 'எறிந்து' விடுகிறோம். அமெரிக்காவில் ஆண்டுக்குச் சுமார் 100 பில்லியன் பிளாஸ்டிக் பைகளை மக்கள் பயன்படுத்துகிறார்கள். 2015ஆம் ஆண்டில் மட்டும், அமெரிக்காவில் சுமார் 730,000 டன் பிளாஸ்டிக் பைகள், சாக்குகள், கவர்கள் தயாரிக்கப்பட்டன. ஆனால் அவற்றில்

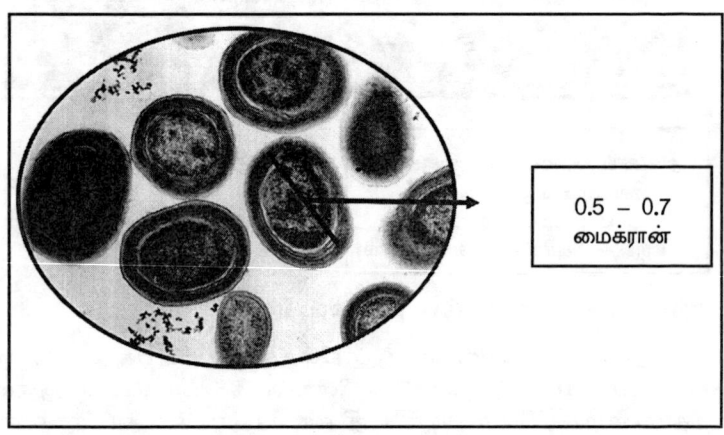

0.5 – 0.7 மைக்ரான்

இரா. மகேந்திரன்

13% மட்டுமே மறுசுழற்சி செய்யப்பட்டது. பிளாஸ்டிக்குகள் மண்ணில் சிதையும்போது வெளியேறும் நச்சு வாயுக்கள், மண்ணில் உள்ள நன்மை பயக்கும் 'ப்ரோ க்ளோரோகோகஸ்' (0.5–0.7 மைக்ரான் விட்டம்) என்ற பாக்டீரியத்தின் வளர்ச்சியைப் பெரிதும் பாதிக்கிறது. இந்த பாக்டீரியா, கார்பன் டை ஆக்சைடை கரிமப் பொருளாக மாற்றி கடலில் 'கார்பன் சுழற்சி'யைச் சமநிலை படுத்துகிறது. கடலில் கார்பன் சுழற்சியைச் சமநிலையில் வைத்திருக்க பாக்டீரியாக்கள் அவசியம். இவைகள் கடல்வாழ் உயிரினங்களின் உணவுச் சங்கிலியையும், பல்லுயிர்ப் பாதுகாப்பையும், சுற்றுச்சூழல் நிலைத்தன்மையையும் பாதுகாக்கின்றன.

2

மாசுபாட்டிற்கு அப்பால்: பிளாஸ்டிக்கின் நன்மைகள்

பிளாஸ்டிக்கும் நோபல் பரிசும்

பிளாஸ்டிக்கின் பின்விளைவுகள் பற்றி ஆராயாமல் அதனைப் பெருமளவு உற்பத்தி செய்து விட்டோம் என்பதே உண்மை. அலாவுதீன் கதையில் வரும் பூதம்போல, 1930–1960 காலகட்டத்தில் நமக்கு அடிமையாக இருந்த பிளாஸ்டிக், தற்பொழுது நம்மை ஆள்கிறது. பிளாஸ்டிக் இரு முனைகள் கொண்ட சுவர்வாள். நாம்தான் அதனைச் சரியாகப் பயன்படுத்த வேண்டும். ஜெர்மன் வேதியியலாளர் ஹெர்மன் ஸ்டாடிங்கர், பாலிமர்கள் என்பன 'கோவெலன்ட்' பிணைப்புக்களால் உருவாக்கப் பட்ட மிகப்பெரிய மூலக்கூறுகள் எனவும், இந்தப் பிணைப்பால்தான் 'நீண்ட சங்கிலி' போல உள்ளன என்பதையும் கண்டறிந்தார். இந்தக் கண்டுபிடிப்பிற்காக, அவருக்கு 1953ஆம் ஆண்டு 'நோபல் பரிசு' வழங்கப்பட்டது. இவர் 'பிளாஸ்டிக் அறிவியலின்' தந்தை என அழைக்கப்படுகிறார்.

பால் ப்ளோரி, பிளாஸ்டிக்கின் 'ரேண்டம் காயில்' வடிவமைப்பைக் கண்டறிந்ததற்காக, 1974இல் வேதியியலுக்கான நோபல் பரிசைப் பெற்றார். ஆலன் மெக்டியார்மிட், ஆலன் ஹீகர் ஹிடேகி ஷிரகவா ஆகியோர் 2000ஆம் ஆண்டில் வேதியியலுக்கான நோபல் பரிசை 'மின்சாரம் கடத்தும் ஆர்கானிக் பிளாஸ்டிக்ஸ்' தொடர்பான

ஆய்வுக்குப் பெற்றனர். இந்த வகை 'ஆர்கானிக் பிளாஸ்டிக்ஸ்' மின்சாரத்தைக் கடத்தும் திறன் கொண்டவை. உதாரணம், பாலி அசிட்டிலீன், பாலி அனிலின், பாலி பிரோல், பாலி தயோபீன். இந்த ஆய்வின் மூலம், ஆர்கானிக் எலக்ட்ரானிக்ஸ் துறை ஒரு புதிய பரிமாணத்தை அடைந்தது. இந்தத் துறை எதிர்காலத்தில் இன்னும் விரிவடைந்து, பல புதிய சாதனங்களை உருவாக்க வழிவகுக்கும். பிளக்சிபில் டிஸ்ப்ளே, சோலார் செல்ஸ், இரசாயன பயோ சென்சார்கள், பேட்டரிகள், ஆக்சுலேட்டர்கள், பயோமெடிக்கல் சாதனங்களில் இது பயன்படுத்தப்படுகிறது.

வேதியியலாளர் ஹெர்மன் ஸ்டாடிங்கர்

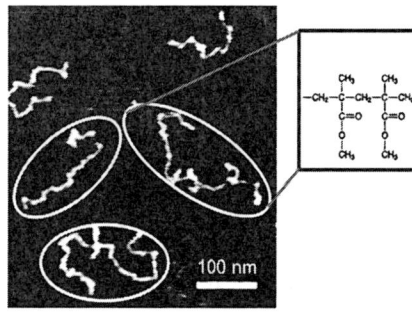

ஒற்றைப் பாலிமெதில் மெதக்ரிலேட் கட்டமைப்பு
(நன்றி: சயின்டிபிக் ரிப்போர்ட்ஸ்)

ஹெர்மன் ஸ்டாடிங்கர் (1881–1965), வாலஸ் ஹியூம் கரோதர்ஸ் (1896–1937), பால் ப்ளோரி (1910–1985), ஸ்டெபானி குவோலெக் (1923 – 2014) ஆகியோரும் பிளாஸ்டிக் தொழில்நுட்பத் தில் புதிய கண்டுபிடிப்புகளைக் கண்டறிந்ததற்காக நோபல் பரிசினைப் பெற்றனர். 1962ஆம் ஆண்டிலேயே, ஆய்வாளர்

 ஹீகர்

நோபல் பரிசு – 2000
மின்சாரம் கடத்தும்
பாலிமர்

 ஷிரகவா

 ஆலன்

நெகிழிக் கோள்

பிரெட் வாலஸ் பில்மேயர், எஃகு, அலுமினியம், தாமிரத்தை மிஞ்சும் வகையில், பிளாஸ்டிக் எதிர்காலத்தில் 'ஆதிக்கம்' செலுத்தும் பொருளாக மாறும் என்று கூறினார்.

பிளாஸ்டிக் உற்பத்தி

நாம் எந்த ஒரு பொருளையும் கவனமாகக் கையாள வேண்டும். அப்படி இல்லாவிட்டால் பின்னாளில் அதுவே நமக்குப் பெரும் பிரச்சினையாக மாறிவிடும். இதற்கு உதாரணம், தற்போது நம்மைப் பாதித்து வரும் பிளாஸ்டிக் மாசுபாடு. உலகளவில், நாம் பயன்படுத்தும் 90% பிளாஸ்டிக்குகள் கச்சா எண்ணெய், இயற்கை எரிவாயு போன்ற புதைபடிவ எரிபொருளிலிருந்தே தயாரிக்கப்படுகின்றன. உலகளாவிய கச்சா எண்ணெயில் 6–8% பிளாஸ்டிக் பொருட்களைத் தயாரிக்கவே பயன்படுத்தப்படுகிறது. இது 2050இல் 20% ஆக உயரக்கூடும். 2021ஆம் ஆண்டில் மட்டும், உலகம் முழுவதும் 139 மில்லியன் டன்கள் 'ஒற்றைப் பயன்பாட்டுப் பிளாஸ்டிக் பொருட்கள்' உற்பத்தி செய்யப்பட்டன. இது 2019ஆம் ஆண்டை விட 6 மில்லியன் டன்கள் அதிகமாகும். பிளாஸ்டிக் உற்பத்தி, அதன் கழிவுகளை எரிப்பதனால் வருடத்திற்குச் சுமார் 400 டன் CO_2 வளிமண்டலத்தில் வெளியிடப்படுகிறது.

கடந்த 65 ஆண்டுகளில் தயாரிக்கப்பட்ட பிளாஸ்டிக் பொருட்களின் மொத்த எடை சுமார் 8.3 பில்லியன் டன்கள். இதில் 'பாதியளவு' கடந்த 13 ஆண்டுகளில் தயாரிக்கப்பட்டதாகும்.

இது 25,000 எம்பயர் ஸ்டேட் பில்டிங், 1 பில்லியன் யானைகளின் எடைக்குச் சமம். இந்தப் பிளாஸ்டிக்கில், சுமார் 9% மறுசுழற்சி செய்யப்பட்டும், 12% எரிக்கப்பட்டும் (பைரோலிசிஸ்), மீதி 79% மட்காமல் நீர்நிலைகளிலும், நிலத்திலும் கழிவுகளாக மாறி யுள்ளன. இதே நிலை தொடர்ந்தால், 2050க்குள் 12 பில்லியன் டன் பிளாஸ்டிக் கழிவுகள் பூமியில் இருக்கக்கூடும். உலகப் பொருளாதார மன்றத்தின் அறிக்கையின் படி, ஒவ்வொரு ஆண்டும், உற்பத்தி செய்யப்படும் பிளாஸ்டிக்கில் பெருமளவு கடலில் சேர்ந்து வருகிறது. இது ஒவ்வொரு நிமிடமும் 'ஒரு லாரி' பிளாஸ்டிக் குப்பைகளைக் கடலில் கொட்டுவதற்குச் சமம். நேஷனல் ஜியோகிராபிக் தரவின்படி, கடற்கரையிலுள்ள குப்பைகளில் 73% பிளாஸ்டிக் பொருட்களாகும். இதில் பாட்டில்கள், மூடிகள், உணவு கவர்கள், பைகளும் அடங்கும். 1974ஆம் ஆண்டில், உலகளாவிய பிளாஸ்டிக் பயன்பாடு, ஆண்டுக்கு ஒரு நபருக்கு 2 கிலோ மட்டுமே. ஆனால் 2023இல் ஒரு நபரின் உலகளாவிய சராசரி பிளாஸ்டிக் நுகர்வு 20.9 கிலோவாக உயர்ந்தது. இதேநிலை தொடர்ந்தால், வருங்காலத்தில் மேலும் 'அதிகரிக்க' வாய்ப்பும் உள்ளது. ஆனால் நாம் பயன்படுத்தும் ஒரு பிளாஸ்டிக் பையின் 'சராசரி ஆயுள் காலம்' 9–12 நிமிடங்கள் மட்டுமே. ஆனால் இது சிதைவதற்கு 250–400 வருடங்கள்கூட ஆகலாம். உலகிலேயே ஐஸ்லாந்து நாட்டு மக்கள் அதிகளவு பிளாஸ்டிக் பொருட்களைப் பயன்படுத்துகிறார்கள். அங்கு ஒரு நபர் ஆண்டுக்கு 128 கிலோ பிளாஸ்டிக் பொருட்களைப் பயன்படுத்துகிறார். இதுவே, இந்தியாவில் ஒரு நபரின் பிளாஸ்டிக் நுகர்வு, ஆண்டுக்கு 5.3 கிலோ மட்டுமே.

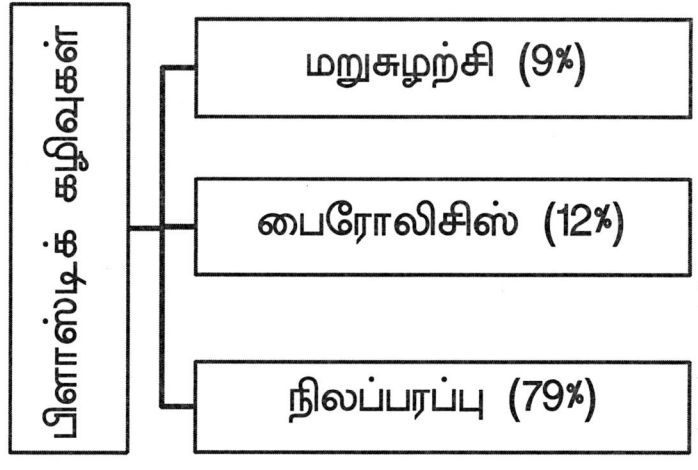

விண்வெளி ஆராய்ச்சியில் பிளாஸ்டிக்கின் பயன்பாடு

உலோகங்களைவிட குறைவான எடை, அதிக வலிமை காரணமாக விண்வெளி ஆய்வுகளில் பெருமளவு பிளாஸ்டிக் பயன்படுத்தப்படுகிறது. இதன் மூலம் செயற்கைக்கோள்களை விண்ணில் செலுத்தக் குறைந்த அளவே எரிபொருள் தேவைப்படும். அதிக உராய்வு தாங்கும் திறன், நிலைத்தன்மை, கதிர்வீச்சு எதிர்ப்புத்தன்மை, – $150^{\circ}C$ முதல் $130^{\circ}C$ வரையிலான வெப்பம் தாங்கும் திறன், அதிகக் காற்றழுத்தம், பெரும் அதிர்வுகளைத் தாங்கும் திறன் போன்ற பண்புகளை பிளாஸ்டிக் கொண்டுள்ளது. அலுமினியத்துடன் ஒப்பிடும்போது சூரியக் கதிர்வீச்சின் தாக்கத்தை 50% வரை பிளாஸ்டிக் குறைக்கிறது. பிளாஸ்டிக்கால் விண்வெளி ஆய்வு பாதுகாப்பானதாக மாறியுள்ளது என்றால் அது மிகையல்ல. விண்கலத்தின் பாகங்கள் தயாரிப்பில் பிளாஸ்டிக் பயன்படுத்தப்படுவதால் பெருமளவு எரிபொருள் சேமிக்கப்படுகிறது. விண்வெளி வீரர்களின் உடைகள் நைலான், பாலித்தீன் டெரெப்தாலேட், பாலியஸ்டர், பாலிசல்போன், பாலிஇமைடு, பாலிடெட்ரா ப்ளூரோஎத்திலீன் போன்ற பிளாஸ்டிக்குகளால் ஆனவை. தலைக்கவசங்கள் பாலியூரித்தேனாலும் இருக்கைகள் சிலிக்கான் கலவையினாலும் ஆனவை. ஸ்கார்ட்ச் ரெசிஸ்டண்ட் லென்ஸ்கள்,

நீல் ஆம்ஸ்ட்ராங் பயன்படுத்திய விண்வெளி உடை

விண்வெளி காலனித்துவத்தில் பாலிமர்கள்

விண்வெளி
ஆராய்ச்சியில்
பிளாஸ்டிக்

பிளாஸ்டிக் நானோ காம்போசைட்ஸ் பயன்பாடு

ஜேம்ஸ் வெப் தொலைநோக்கி

சோலார் பேனல்கள், கேமரா, ஆப்டிகல் லென்ஸ், வால்வுகள், ரெகுலேட்டர்கள், எலக்ட்ரிக் இன்சுலேட்டர்கள், மேக்னடோ மீட்டர் போன்ற செயற்கைக்கோள் பாகங்கள் கார்பன் பைபரினால் வலுவூட்டப்பட்ட பிளாஸ்டிக் தயாரிக்கப்படுகின்றன.

இருப்பினும், செயலிழந்த செயற்கைக்கோள்கள் 'விண்வெளி பிளாஸ்டிக் குப்பைகளாக' மாறி வருவது அபாயகரமான ஒன்றாகும். 2021, ஜனவரி, 1 நிலவரப்படி, பூமியின் சுற்றுப்பாதையில் 3372 செயற்கைக்கோள்கள் செயல்திறனுடனும், 3170 செயற்கைக்கோள்கள் 'செயலிழந்தும்' சுற்றி வருகின்றன. இவற்றின் பெரும்பாலான பாகங்கள் பிளாஸ்டிக்குகளாகும்.

1969ஆம் ஆண்டு ஜூலை 20ஆம் தேதி, அமெரிக்க விண்வெளி வீரர் நீல் ஆம்ஸ்ட்ராங் அப்போலோ 11 விண்கலத்திலிருந்து நிலவில் முதன்முதலில் கால் பதித்தார். இது மனிதகுல வரலாற்றில் ஒரு முக்கியமான தருணமாகும். ஆம்ஸ்ட்ராங்கின் ஸ்பேஸ் சூட் பாலிசல்போன் என்ற பிளாஸ்டிக்கால் ஆனது. நிலவில் ஊன்றப்பட்ட அமெரிக்க தேசியக்கொடியும் நைலான் என்ற பிளாஸ்டிக்கால் ஆனது. ஆம்ஸ்ட்ராங்கின் ஸ்பேஸ் சூட், அமெரிக்க தேசியக்கொடி பிளாஸ்டிக்கின் பல்துறைப் பயன்பாட்டைக் காட்டுகிறது.

2021 டிசம்பர் 25ஆம் தேதி விண்வெளியில் செலுத்தப்பட்ட ஜேம்ஸ் வெப் தொலைநோக்கி, பிரபஞ்சத்தின் தோற்றம், வளர்ச்சியை ஆய்வு செய்யும் ஒரு முக்கியமான கருவியாகும். இது 10 பில்லியன் யுஎஸ் டாலர் செலவில் உருவாக்கப்பட்டது. இந்தத் தொலைநோக்கி பூமியிலிருந்து சுமார் 15 லட்சம் கிலோமீட்டர் தொலைவில் உள்ளது. இந்தத் தொலைநோக்கியின் முக்கியக் கருவிகளுக்கு அதிக வெப்பம், கடுங்குளிரைத் தாங்கும் திறன் அவசியம். ஏனெனில், கோடிக்கணக்கான கிலோமீட்டர் தூரத்திலிருக்கும் வானியல் பொருட்களின் மிகவும் மங்கலான சிக்னல்களைக் கண்டறிய, இந்தத் தொலைநோக்கி அதிவெப்ப உணர்திறனைக் கொண்டிருக்க வேண்டும். இந்தத் தேவைகளைப் பூர்த்தி செய்ய, இந்தத் தொலைநோக்கியின் முக்கியக் கருவிகள் பாலி இமைடு (காப்டன் – ஈ) எனும் பிளாஸ்டிக்கால் தயாரிக்கப்பட்டது. இந்தப் பிளாஸ்டிக் – $269°C$ முதல் $400°C$ வரையிலான வெப்பநிலையைத் தாங்கும் திறன் கொண்டது. பாலி இமைடின் பயன்பாடு இந்தத் தொலைநோக்கிக்கு மட்டுமல்ல, விண்வெளி ஆராய்ச்சியில் பல்வேறு பயன்பாடுகளைக் கொண்டுள்ளது. இந்தப் பிளாஸ்டிக் விண்வெளி ஆடைகள், விண்கலங்கள், சூரிய மின்கலங்கள் போன்றவற்றிலும் பயன்படுத்தப்படுகிறது.

'நைலான் பிளாஸ்டிக்கால்' ஆன யுஎஸ் தேசியக்கொடி

கோவிட்–19 சிகிச்சையில் பிளாஸ்டிக்

கோவிட்–19க்கு எதிரான போராட்டத்தில், மருத்துவச் சாதனங்கள், சுகாதாரப் பணியாளர்களுக்கான பாதுகாப்பு உபகரணங்கள் பிளாஸ்டிக்கால் ஆனவை. உதாரணமாக,

இரா. மகேந்திரன்

முகக் கவசங்கள், சிரிஞ்ச்கள், செயற்கைச் சுவாசக் கருவிகள், பாதுகாப்புக் கண்ணாடிகள், கவுன்கள், கையுறைகள், எக்ஸ்ட்ரா கார்போரல் மெம்ப்ரேன் ஆக்ஸிஜனேட்டர், காஸ்ட்ரிக் குழாய்கள் பிளாஸ்டிக்கால் ஆனவை. பாலித்தீன், பாலி புரோப்பிலின், நைலான், பாலித்தீன் டெரெப்தாலேட், பாலிகார்பனேட் போன்ற பிளாஸ்டிக்குகள் இந்தப் பாதுகாப்பு உபகரணங்களைத் தயாரிப்பதற்குப் பயன்படுத்தப்பட்டன. சிரிஞ்ச்கள், பாலிப்ரோப்பிலீன், பாலிஐசோபிரீன் பிளாஸ்டிக்கால் ஆனவை. நுண்துளைக் கொண்ட 'பிளாஸ்டிக் சவ்வுகள்' காற்றிலுள்ள வைரஸ் ஏரோசோலைப் பிரிப்பதற்குப் பயன்படுத்தப்பட்டன. 'பிளாஸ்மாபொரசிஸ்' பிளாஸ்மாவை இரத்தத்திலிருந்து பிரிக்கப் பயன்படும் செயல்முறையாகும். இது சைட்டோகைன் விளைவைக் குறைப்பது, இரத்த உறைதலைத் தடுப்பதில் பெரும் பங்கு வகிக்கிறது. பெருந்தொற்றிலிருந்து குணமடைந்த நபர்களிட மிருந்து பெறப்படும் 'பிளாஸ்மா' மற்ற கோவிட் நோயாளி களுக்குச் சிகிச்சை அளிக்க உதவுகிறது. பிளாஸ்மாபொரசிஸுக்குப் பயன்படுத்தப்படும் செயற்கைச் சவ்வுகள் (ஆர்டிபிஸியல்

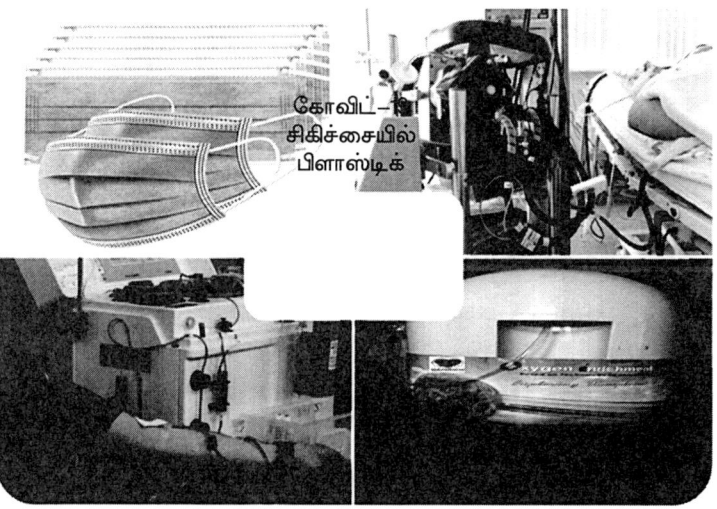

பாலிப்ரோப்பிலீன் முகக் கவசங்கள்

எக்ஸ்ட்ரா கார்போரல் மெம்பிரேன் ஆக்சிஜனேட்டர்

கோவிட்–
சிகிச்சையில்
பிளாஸ்டிக்

பிளாஸ்மா பொரசிஸ் சாதனம்

ஆக்ஸிஜன் செறிவூட்டல் சாதனம்

மெம்பரேன்ஸ்) பாலிஈதர் சல்போன், பாலிமெதில் மெதக்ரிலேட், பாலி புரோப்பலின் போன்ற பிளாஸ்டிக்கால் ஆனவை. எக்ஸ்ட்ரா கார்போரல் மெம்பரேன் ஆக்சிஜனேற்றம் (எக்ஸ்ட்ரா கார்போரியல் லைப் சப்போர்ட் – எக்மோ) என்பது செயற்கைச் சுவாசத்தை வழங்கும் தொழில் நுட்பமாகும். இது நோயாளியின் இரத்தத்தை உடலுக்கு வெளியே ‘பம்ப்’ செய்து ஆக்ஸிஜனேற்றம் செய்கிறது. மேலும் இது கார்பன் டை ஆக்சைடை அகற்றி, ஆக்ஸிஜன் நிறைந்த இரத்தத்தை உடலில் உள்ள திசுக்களுக்கு அனுப்புகிறது. பாலி டிரைசைக்ளோன், ஹெக்ஸா புளோரோ ப்ரோபிலீன், சிலிகான் பைபர் – பாலிகார்பனேட் காம்போசைட்கள், பாலிபினைலீன் ஆக்சைடு போன்ற பிளாஸ்டிக்குகள் இந்த ஆக்ஸிஜனேட்டர் களில் மெம்பரேனாகப் பயன்படுத்தப்பட்டன. ஆக்ஸிஜன் செறிவூட்டல் சாதனம், காற்றில் உள்ள நைட்ரஜனை அகற்றி, ஆக்ஸிஜனைச் செறிவூட்டுகிறது. இவ்வாறு செறிவூட்டப்பட்ட ஆக்ஸிஜன், மூச்சுத்திணறல் உள்ள நோயாளிகளுக்கு ‘ஆக்ஸிஜன் முகக்கவசம்’ மூலம் வழங்கப்பட்டது. நுரையீரல் தொடர்பான நோய்கள், ஹைபோக்ஸீமியா நோயாளி களுக்கும் இந்தச் சாதனம் பயன்படுத்தப்படுகிறது. இந்தச் சாதனம் பிளாஸ்டிக்காலும் ஆக்ஸிஜனைச் செறிவூட்ட ‘செயற்கை மெம்பரேனும்’ பயன்படுத்தப்பட்டது. இவ்வாறு பெருந்தொற்றுக் காலத்தில் பிளாஸ்டிக் பொருட்களின் பயன்பாடு மிக அதிகமாகவே இருந்தது. குறிப்பாக, பெருந்தொற்றுத் தொடங்கியதிலிருந்து 193 நாடுகளிலிருந்து சுமார் 8.4 மில்லியன் டன் பிளாஸ்டிக் கழிவுகள் உருவாகின. இதில், சுமார் 25,900 டன் பிளாஸ்டிக் பொருட்கள் கடல்களில் கலந்துள்ளன என்பது கவலைக்குரியதாகும்.

3

முக்கிய பிளாஸ்டிக் மூலக்கூறுகள்

குறிப்பிடத்தக்க பிளாஸ்டிக்ஸ்

1863இல், பில்லியர்ட் பந்துகளை உற்பத்தி செய்ய யானைகளின் தந்தம்தான் பயன்படுத்தப் பட்டது. பில்லியர்ட் பந்து உற்பத்தியாளர்கள், தந்தத்திற்கு மாற்றுப்பொருளைக் கண்டுபிடிப்பவருக்கு யு எஸ் $ 10,000 பரிசை அறிவித்தனர். இந்தச் சூழலில்தான், ஜான் வெஸ்லி ஹயாட், உலகின் முதல் செமி சிந்தடிக் பிளாஸ்டிக்கான 'செல்லுலாய்டை'க் கண்டுபிடித்தார். இது சீப்பு முதல் திரைப்படச் சுருள்வரை அனைத்துப் பொருட்களையும் தயாரிக்கப் பயன்படுத்தப்பட்டது. 1890இல், விஞ்ஞானி சார்டோனெட், செல்லுலோஸ் நைட்ரேட்டை இழைகளாக மாற்றி முதல் 'செயற்கைத் துணியை' உருவாக்கினார்.

பேக்கலைட் (1907) – இதுவே உலகின் முதல் 'சிந்தடிக்' பிளாஸ்டிக். 13–07–1907 அன்று விஞ்ஞானி லியோ பேக்லேண்ட் 'பேக்கலைட்டை'க் கண்டுபிடித்தார். இன்று தொலைபேசிகள், வானொலிகள், பொம்மைகள், கணினிகள், விளையாட்டுக் கருவிகள், மருத்துவ உபகரணங்கள், காண்டாக்ட் லென்ஸ்கள், அறுவை சிகிச்சைக் கருவிகள், இந்தப் பிளாஸ்டிக்கினால் தயாரிக்கப்படுகின்றன. இதுவே, 'சிந்தடிக் பிளாஸ்டிக்' யுகத்தின் தொடக்கமாகும்.

பேக்லேண்ட் பயன்படுத்திய பாலிமர் உலை

பேக்லேண்ட்

பாலிவினைல் குளோரைடு (1912): பி வி சி என அழைக்கப் படும் இந்தப் பிளாஸ்டிக், 1872ஆம் ஆண்டில் யூஜென் பாமன் என்பவரால் தயாரிக்கப்பட்டது. ஆனால் 1912இல்தான், ஆகஸ்ட் கிளாட் என்பவரால் காப்புரிமை பெறப்பட்டது. இது ரசாயனங்கள், தீயினால் பாதிக்கப்படாத பிளாஸ்டிக். பாத்திரங்கள், குழாய்கள், கிரெடிட் கார்டுகள், அலங்காரப் பொருட்கள், ஆடைகள், ஜன்னல், கதவு பிரேம்கள், லஞ்ச் பாக்ஸ், பொம்மைகள் தயாரிக்கப் பயன்படுத்தப்படுகிறது.

பாலி ஸ்டைரின் (1930) – முக்கிய தெர்மோ பிளாஸ்டிக்கான, பாலிஸ்டைரின் ‘தற்செயலாக’ ஜெர்மன் விஞ்ஞானி எட்வர்ட் சைமன் என்பவரால் 1839இல் கண்டுபிடிக்கப்பட்டது. இவர் ‘ஸ்டைராசிப்ளூவா’ என்ற மரத்தின் பிசினிலிருந்து ‘ஆவியாகும்’ திரவத்தைக் கண்டறிந்தார். இந்தத் திரவம் காற்று, ஒளி படும்போது கடினமான பொருளாக மாறியது. இதுவே பாலி ஸ்டைரின். ஆனால் இது வணிகமயமாக்கப்படுவதற்குக் கிட்டத்தட்ட ஒரு நூற்றாண்டு காலம் ஆனது. இது உணவுக் கலன்கள், இன்சுலேஷன் பொருட்கள், பொம்மைகள் தயாரிக்கப் பயன்படுத்தப்படுகிறது. இது மலிவான, எளிதில் தீப்பற்றக்கூடிய, நிறமற்ற, அனைத்து வடிவத்திலும் வார்க்கக் கூடிய பிளாஸ்டிக். குறிப்பாக, பாலிஸ்டைரீன் – ப்யூட்டீன் என்ற இதன் ‘கோ–பாலிமர்’ இயற்கை ரப்பருக்கு மாற்றாக உள்ளது. 2020இல், விசாகப்பட்டினத்தில் பாலி ஸ்டைரின் தயாரிக்கும் தொழிற்சாலையில் வெளியான நச்சுத்தன்மை வாய்ந்த ஸ்டைரின் வாயுக் கசிவால் 11 பேர் உயிரிழந்தனர்.

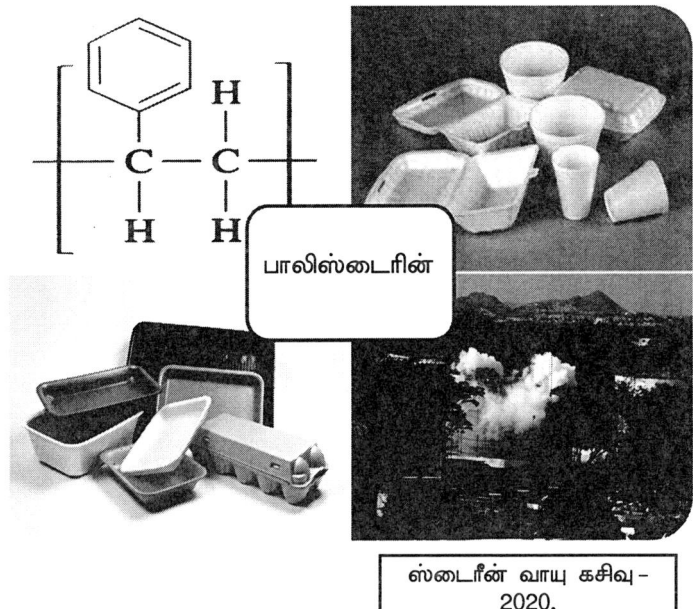

ஸ்டைரீன் வாயு கசிவு –
2020,
விசாகப்பட்டினம்

அன்று வளிமண்டலத்தில், ஸ்டைரீனின் அளவு (2.5 பிபிஎம்) பரிந்துரைக்கப்பட்ட வரம்புகளைவிட 500 மடங்கு அதிகமாக இருந்தது. பிளாஸ்டிக் பொருட்கள் தயாரிக்கப் பயன்படுத்தப் படும் பெரும்பாலான கரிம மோனோமர்கள் நச்சுத் தன்மை வாய்ந்தவையே. பிளாஸ்டிக் பொருட்களின் உற்பத்தியில் 13,000க்கும் மேற்பட்ட ரசாயனங்கள் பயன்படுத்தப்படுகின்றன.

***பாலித்தீன்** (1933) – முதன்முதலில் இங்கிலாந்தில் தயாரிக்கப்பட்டது. அதிக அடர்த்திகொண்ட பாலித்தீன் ஒளி ஊடுருவக்கூடிய, வலிமையான பிளாஸ்டிக்காகும். பாட்டில்கள், கண்டெய்னர்கள், பைகள், பால் பாக்கெட்கள், ஷாம்பு பாட்டில்கள், பொம்மைகள் தயாரிப்பில் பயன்படுத்தப்படுகிறது. இது மிகவும் ஆபத்தான பிளாஸ்டிக் அல்ல என்றாலும், இதன் உற்பத்தியின்போது சேர்க்கப்படும் அடிடிவ்ஸ், சாயங்கள், பிளாஸ்டிசைசர்கள் சுற்றுச்சூழலைப் பெரிதும் பாதிக்கிறது. அடுத்துக் குறைந்த அடர்த்திகொண்ட பாலித்தீன். இது ட்ரான்ஸ்பரன்ட் பிளாஸ்டிக். பேக்கேஜிங் பொருட்கள், பைகள், சாக்குகள், கேபிள் கவர்கள், குழாய்கள், கழிவுகளைச் சேகரிக்கும் சாக்குகள், குடிநீர் கோப்பைகள், விளையாட்டுப் பொருட்கள் தயாரிக்கப் பயன்படுகிறது.*

பாலித்தீன் டெரெப்தலேட் (1941) – 'பெட்' என்று சுருக்கமாக அழைக்கப்படும் பாலித்தீன் டெரெப்தலேட்டின் உற்பத்தி 1941இல் தொடங்கியது. இது எடை குறைவான, அதிக வலுவான, ஒளி ஊடுருவக்கூடிய பிளாஸ்டிக்காகும். பாட்டில்கள், ஆடைகள், பைகள், செயற்கை இழைகள் தயாரிக்கப் பயன்படுகிறது. பெட் பாட்டில்களை வேதியியல் முறையில் 'டி பாலிமரைஸ்' செய்வதன் மூலம் மறுசுழற்சி செய்யலாம்.

பாலியெஸ்டர் (1950) – வின்பீல்ட், ஜேம்ஸ் டிக்சன் ஆகியோர் பட்டு இழைகளுக்கு மாற்றாக இந்தச் 'செயற்கை இழையை' உருவாக்கினர். நீண்ட காலம் உழைக்கும் திறன், சுருக்கங்கள், கறைகளை எதிர்க்கும் திறன் காரணமாக ஆடைகள் உற்பத்தியில், 1950–60களில் பெரும் புரட்சியை ஏற்படுத்தியது. இன்றும், பாலியஸ்டர் நமது அன்றாட வாழ்வில் முக்கிய அங்கமாகத் தொடர்கிறது.

பாலிப்ரோப்பிலீன் (1954) – ஒளி ஊடுருவக்கூடிய, வலுவான, எடை குறைந்த பிளாஸ்டிக். 1950களில், ஜோசப் ஜீக்லர், ஹியூகோ நட்டா வினையூக்கிக் கொண்டு புரோப்பிலீன் மோனோமர்களைப் 'பாலிமரைசேஷன்' செய்து பாலிப்ரோப்பிலீனை உருவாக்கினர். இதன் குறைந்த உற்பத்திச் செலவு, ரசாயனங்களால் பாதிக்கப்படாத தன்மை, அதிக வலிமை காரணமாக, செயற்கை இழைகள், பர்னிச்சர், மருந்து

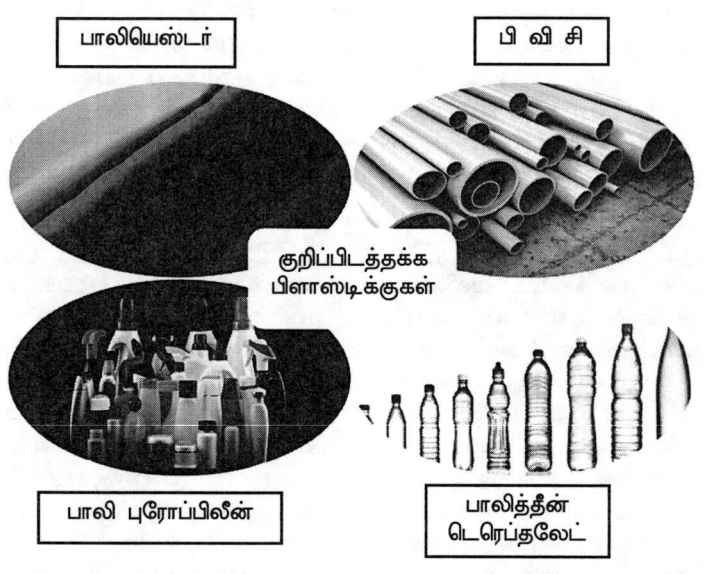

குறிப்பிடத்தக்க பிளாஸ்டிக்குகள்

பாட்டில்கள், தரை விரிப்புகள், கயிறுகள், உணவுக்கலன்களைத் தயாரிக்கப் பயன்படுகிறது. ஆனால் இது நமது நாளமில்லாச் சுரப்பிகளைப் பாதிக்கும் தன்மைகொண்டது. ஆச்சரியப்படும் வகையில், பிர், ஸ்காட்ச்பின் மரங்கள் இதன் மோனோமரான 'புரோப்பிலீன்' வாயுவை வெளியிடுகின்றன. சமீபத்தில், சனியின் 'நிலவான' டைட்டனின் வளிமண்டலத்தில் 'புரோப்பிலீன் வாயு' உள்ளதை காசினி விண்கலம் கண்டறிந்தது குறிப்பிடத் தக்கதாகும்.

1965 – பாலிசல்ஃபோன். இது அறுவைசிகிச்சைக் கருவிகள், ஹீமோடையாலிசிஸ் மெம்பரேன்கள், எலெக்ட்ரிக் இன்சுலேட்டர்கள், கழிவுநீரைச் சுத்திகரிப்புச் செய்யும் ரிவர்ஸ் ஆஸ்மசிஸ் சவ்வுகள், வால்வுகள், மருத்துவ உபகரணங்களில் பயன்படுத்தப்படுகிறது. விண்வெளி வீரர்களின் உடைகளையும், கெவ்லர் (பாரா–அராமிட் பிளாஸ்டிக்) 'குண்டு துளைக்காத' உடைகளையும் தயாரிக்கப் பயன்படுகிறது.

1970–1980 – பயோ பிளாஸ்டிக், பயோ டிகிரேடபிள் பிளாஸ்டிக்குகள் பற்றிய ஆய்வுகள் தொடங்கின. பாலிலாக்டிக் அமிலம், பாலிஹைட்ராக்சி கனோட்ஸ், பாலிபியூட்டிலீன் சக்சினேட் போன்ற பாலிமர்களைக் கொண்டு பிளாஸ்டிக் பொருட்கள் தயாரிக்கப்பட்டன.

1980–2023 – பாலிமர் – நானோ துகள்களால் ஆன காம்போசைட்ஸ், செல்ப் சீலிங் பிளாஸ்டிக்ஸ், இருவேறு பிளாஸ்டிக்குகளைக் கலந்த பிளாஸ்டிக் காம்போஸைட்களை விஞ்ஞானிகள் உருவாக்கி வருகின்றனர். 3டி பிரிண்டிங் தொழில்நுட்பத்தின் வருகையானது, பிளாஸ்டிக் பொருட்களின் தயாரிப்பில் பெரும் புரட்சியைக் கொண்டுவந்துள்ளது. குறிப்பாக, பாலிலாக்டிக் அமிலம், அக்ரிலோ நைட்ரைல் – பியூடாடையின் – ஸ்டைரீன் பிளாஸ்டிக் இழைகள் தயாரிக்க இந்தத் தொழில்நுட்பம் பயன்படுத்தப்படுகிறது.

பாலித்தீன் – பிளாஸ்டிக் கிங்டம்

பாலித்தீன் உலகளவில் மிக அதிகமாக உற்பத்தி செய்யப்படும், பெட்ரோலியத்திலிருந்து பெறப்படும் பிளாஸ்டிக்காகும். உலகில் உள்ள மொத்த பிளாஸ்டிக்கில் 64% பாலித்தீன். இதனை, அதிக அடர்த்திகொண்ட பாலித்தீன் (எச் டி பி ஈ), குறைந்த அடர்த்திகொண்ட பாலித்தீன் (எல் டி பி ஈ) என வகைப்படுத்தலாம். 'மண்ணில் மட்கும் தன்மையற்ற' பண்பால், இதன் கழிவுகள் சுற்றுச்சூழலைப் பெரிதும் மாசுபடுத்தி

வருகிறது. இது 'தற்செயலாக'க் கண்டுபிடிக்கப்பட்ட பாலிமராகும். 1933ஆம் ஆண்டில், எரிக் பாசெட், ரெஜினால்ட் கிப்சன் என்ற இரண்டு அறிவியலாளர்கள், எத்திலீன், பென்சால்டிஹைடு மூலக்கூறுகளை அதிக அழுத்தம், அதிக வெப்பநிலையில் வினைபுரியச் செய்து, ஒரு புதிய பொருளை உருவாக்க முயற்சி செய்தனர். ஆனால் உலையில் உண்டான ஆக்ஸிஜன் கசிவு காரணமாக 'பரிசோதனை' தோல்வியடைந்தது. எதிர்பாராத விதமாக, அவர்கள் இரசாயன உலையில் நெகிழ்வான 'மெழுகுப் போன்ற பொருளை'க் கண்டறிந்தனர். அதுதான், இப்போது உலகில் மிக அதிகமாகப் பயன்படுத்தப் படும் 'பாலித்தீன்'. இந்தக் கண்டுபிடிப்பு 'செரண்டிபிட்டி' ஆகும். செரண்டிபிட்டி என்பது 'திட்டமிடப்படாத' கண்டுபிடிப்பாகும். எக்ஸ்–ரே, பென்சிலின் மருந்து, ஆர்டிபிஷியல் ஸ்வீட்னர், உருளைக்கிழங்கு சிப்ஸ், சூயிங் கம், வல்கனைஸ்டு ரப்பர், ஐஸ்கிரீம் கோன், மைக்ரோ வேவ் ஓவன் போன்றவைகள் 'செரண்டிபிட்டி' ஆகும். உலகளாவிய பாலித்தீன் மார்க்கெட், 2021இல் யு எஸ் $ 10,200 கோடியாகவும், 2022இல் யு எஸ் $ 10,614 கோடியாகவும் இருந்தது. இதே நிலை தொடர்ந்தால், 2029இல் பாலித்தீன் உற்பத்தி யு எஸ் $ 14,000 கோடியாக உயரக்கூடும். கண்டு பிடிக்கப்பட்ட பத்தாண்டுகளில், பாலித்தீன் உலகில் மிகவும் அதிகமாகப் பயன்படுத்தப்படும் பிளாஸ்டிக்குகளில் ஒன்றாக மாறியது. பாலித்தீனின் பயன்பாடு சுற்றுச்சூழலில் பெரும்

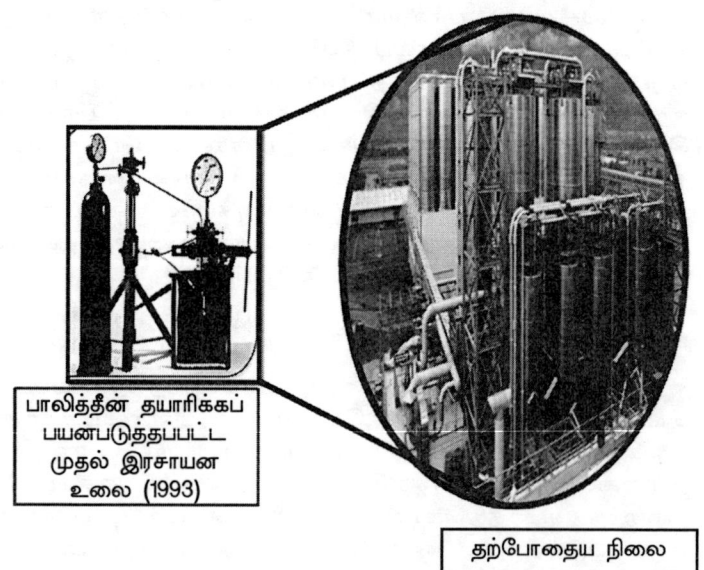

பாலித்தீன் தயாரிக்கப் பயன்படுத்தப்பட்ட முதல் இரசாயன உலை (1993)

தற்போதைய நிலை

இரா. மகேந்திரன்

பாதிப்பை ஏற்படுத்தினாலும், மறுசுழற்சி, கழிவு மேலாண்மை மூலம் இதன் தாக்கத்தைக் குறைக்க நடவடிக்கைகள் எடுக்கப்பட்டு வருகின்றன.

பாலித்தீனின் மோனோமரான 'எத்திலீன்' நமக்குப் புதிதல்ல. இந்த வாயு, பழங்களைப் பழுக்க வைக்கும் 'செயல்பாட்டில்' முக்கியப் பங்கு வகிக்கிறது. வாழைப்பழம், மாம்பழம், தக்காளி போன்ற பழங்களைப் பழுக்க வைக்கப் பயன்படுத்தப்படு கிறது. இந்த வாயு 'உயிர்வேதியியல்' வினைகளைத் தூண்டு கிறது. எனினும் கால்சியம் கார்பைடு / எத்தபோன் போன்ற இரசாயனங்களைப் பயன்படுத்தி பழங்களைச் செயற்கையாகப் பழுக்க வைப்பது தீங்கானது. சீரற்ற முறையில் பழுக்க 'வைப்பதால்' பழத்தின் சுவை, ஊட்டச்சத்துக் குறைகிறது. பசுங்குடில் வாயுவான எத்திலீனின் அதிகப் பயன்பாடு சுற்றுச்சூழலில் பெரும் பாதிப்பை ஏற்படுத்துகிறது.

நெகிழிக் கோள்

4

பிளாஸ்டிக் – சுற்றுச்சூழல் பிரச்சினை

பிளாஸ்டிக் சிதைவு

பிளாஸ்டிக் மாசுபாடு 1970களிலிருந்துதான் உலகளாவிய சுற்றுச்சூழல் 'பிரச்சினை'யாக உருவெடுத்தது. உற்பத்தி செய்யப்படும் பொருட்கள் அதன் 'ஆயுட்காலம்' முடிந்த பின் மண்ணில் மட்க வேண்டும் என்பதே இயற்கையின் நியதி. இது பூமியில் ஊட்டச்சத்துக்களை மறுசுழற்சி செய்ய உதவுகிறது. உதாரணமாக நைட்ரஜன், பாஸ்பரஸ், கார்பன் சுழற்சிகள். இறந்த தாவரங்கள், விலங்குகள், குப்பைகள், உணவுக் கழிவுகள் போன்ற கரிமப் பொருட்கள் பல்வேறு நுண்ணுயிரிகளினால் சிறிய மூலக்கூறுகளாகச் சிதைக்கப்பட்டு மட்கிப்போகின்றன. சுற்றுச்சூழலைப் பராமரிப்பதிலும், கார்பன் டை ஆக்சைடு அளவைக் கட்டுப்படுத்துவதிலும் நிலத்தடி நீரைத் தக்க வைப்பதிலும் இந்தச் 'சிதைவு' முக்கியப் பங்கு வகிக்கிறது. சுற்றுச்சூழல் மாசுபடுவதைத் தவிர்க்க, மண்ணில் 'பிளாஸ்டிக் சிதைவு' முக்கியமானதாகும். ஆனால் நாம் 'செயற்கையாக' உருவாக்கிய பிளாஸ்டிக்குகள் வேதியியல்ரீதியாக நிலையானதாகவும், சிக்கலான 3டி மூலக்கூறு கட்டமைப்பு காரணமாக மண்ணிலுள்ள நுண்ணுயிரிகளால் எளிதில் சிதைவதில்லை. பிளாஸ்டிக் மூலக்கூறுகளின் நீண்ட 'கட்டமைப்பு'

இரா. மகேந்திரன்

ஈரப்பதம், வெப்பம், நுண்ணுயிரிகளால் பாதிக்கப்படாத தன்மையைக் கொண்டுள்ளன. இதன் விளைவாக, மண்ணில் உள்ள பெரும்பாலான நுண்ணுயிரிகளால் இந்தச் சிக்கலான 'கட்டமைப்பை' உடைக்க முடிவதில்லை. இதனால், செயற்கை பிளாஸ்டிக்குகள் மண்ணில் சிதைய பல நூறு வருடங்கள் ஆகலாம். மேலும் இவை சிதையும்போது மைக்ரோ – நானோ பிளாஸ்டிக்ஸை உருவாக்கி, சுற்றுச்சூழலில் பெரும் பாதிப்பை ஏற்படுத்துகின்றன.

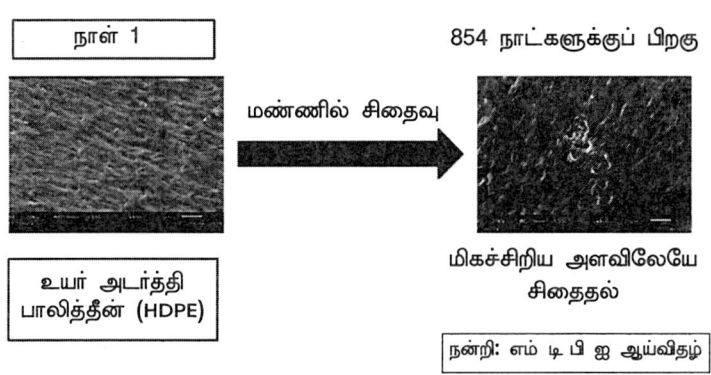

நன்றி: எம் டி பி ஐ ஆய்விதழ்

ஹைட்ரோலைடிக் சிதைவு, ஒளிச்சிதைவு, தெர்மோ–ஆக்ஸிடேடிவ் சிதைவு, உயிரிச் சிதைவு என நான்கு வழிகளில் பிளாஸ்டிக் சுற்றுச்சூழலில் சிதைகிறது. பிளாஸ்டிக்கின் சிதைவு சுற்றுச்சூழலின் தன்மை, நுண்ணுயிர் செயல்பாடு, பாலிமர் கட்டமைப்புகளின் 'நீளத்தை'ப் பொறுத்து மாறுபடும்.

மண்ணில் முக்கிய பாலிமர்களின் சிதைவு காலம்.

பயோ பிளாஸ்டிக்ஸ்:

- செல்லுலோஸ்: 2–5 மாதங்கள்
- ஸ்டார்ச்: 1–4 மாதங்கள்

சிந்தடிக் பயோ டிகிரேடபிள் பிளாஸ்டிக்ஸ்:

- பாலிலாக்டிக் அமிலம்: 6–24 மாதங்கள்
- பாலிஹைட்ராக்சியல் கனோட்ஸ்: 6 மாதங்கள் – பல வருடங்கள்
- பாலிபியூட்டிலீன் சக்சினேட்: 1–2 வருடங்கள்
- பாலிபியூட்டிலீன் அடிபேட் டெரெப்தாலேட்: 1–3 வருடங்கள்

சிந்தடிக் பிளாஸ்டிக்ஸ்:

பாலிஎதிலீன், பாலிப்ரொப்பிலீன், பாலிஸ்டிரீன்: நூற்றுக்கணக்கான வருடங்கள் ஹைட்ரோலைடிக் சிதைவில், பாலிமர் 'பிணைப்புகள்' நீர் மூலக்கூறுகளுடன் வினைபுரிந்து சிதைகின்றன. ஒளியால் தூண்டப்பட்ட பிளாஸ்டிக் சிதைவு என்பது சூரிய ஒளி பட்டுப் பிளாஸ்டிக் பொருட்களில் உள்ள 'இரசாயன பிணைப்பு'களை உடைக்கின்றன. குறிப்பாகச் சில பிளாஸ்டிக்குகள் புற ஊதாக் கதிர்வீச்சுக்கு உட்படும்போது சிதைக்கப்படுகின்றன. புற ஊதாக் கதிர்வீச்சு அபாயகரமான ப்ரீ ரேடிக்கல்கள், மைக்ரோபிளாஸ்டிக்ஸ் உருவாவதற்கு வழிவகுக்கிறது. இந்தச் சிதைவு, நச்சு வாயுக்களை வெளியிட்டு, சுற்றுச்சூழலில் பெரும் பாதிப்பை ஏற்படுத்துகின்றன. தெர்மோ – ஆக்ஸிடேடிவ் சிதைவு என்பது அதிவெப்பநிலையில் (300–700°C), பிளாஸ்டிக் மூலக்கூறுகள் சிதைவடைவதாகும். உயிரிச் சிதைவு என்பது நுண்ணுயிரிகளைக் கொண்டு பிளாஸ்டிக்கைச் சிதைக்கும் செயல்முறையாகும். இது நீராற்பகுப்பு, என்சைம் சிதைவு என இரண்டு படிகளைக் கொண்டது. பாலிமர்கள், குறைந்த மூலக்கூறு எடை கொண்ட ஒலிகோமர்கள், டைமர்கள், மோனோமர்களாகச் சிதைந்து,

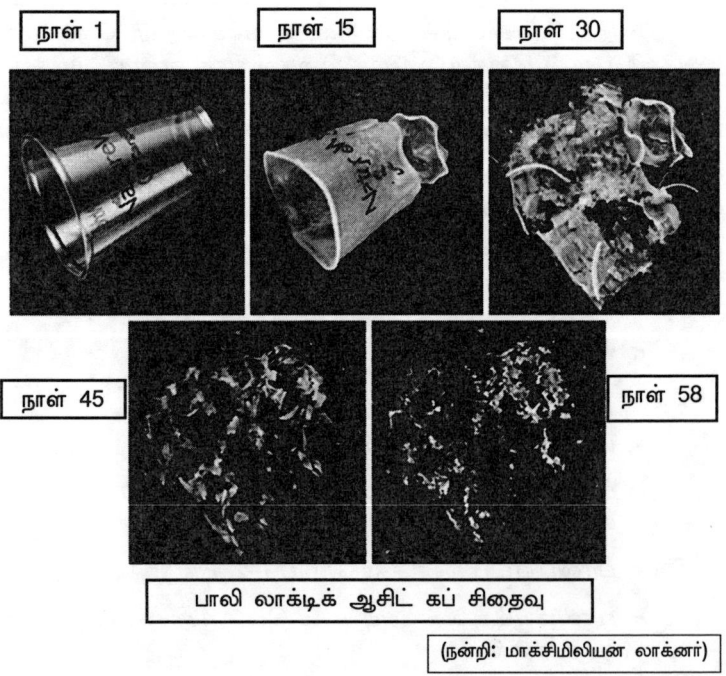

பாலி லாக்டிக் ஆசிட் கப் சிதைவு

(நன்றி: மாக்சிமிலியன் லாக்னர்)

இறுதியாக CO_2, H_2O வை வெளியிடுகின்றன. பாக்டீரியா, பூஞ்சை, மற்றும் சில என்ஸைம்கள் பிளாஸ்டிக் பொருட்களைச் சிதைக்கின்றன. உதாரணமாக, இடேநெல்லா பாக்டீரியா – குறைந்த அடர்த்தி பாலிஎத்திலீன், *PETase* என்சைம் – பாலிஎதிலீன் டெரெப்தாலேட், ஆஸ்பெர்கிலஸ் பூஞ்சை – பாலியூரித்தேன், சூடோமோனாஸ் பாக்டீரியா – பாலிஸ்டிரீன் போன்ற பிளாஸ்டிக்குகளைச் சிதைக்கின்றன. இரசாயனச் சிதைவு என்பது அமிலங்கள் / காரங்களைப் பயன்படுத்தி பிளாஸ்டிக் கழிவுகளைச் சிதைப்பது. எனினும், இந்தச் சிதைவில் நச்சு வாயுக்கள் வெளியாகிச் சுற்றுசூழலில் பெரும் பாதிப்பை ஏற்படுத்துகின்றன.

சமீபத்தில், மெழுகுப் புழுக்கள் / லார்வாக்களின் உமிழ்நீரில் உள்ள என்சைம்களைக் கொண்டு விஞ்ஞானிகள் பிளாஸ்டிக்கைச் சில மணிநேரங்களில் சிதைத்தனர். மெழுகுப் புழுக்களின் உமிழ்நீரில் பிளாஸ்டிக்கைச் 'சிதைக்கும்' என்சைம்கள் இருப்பதே காரணம். இந்தக் கண்டுபிடிப்பு 'செரண்டிபிட்டி' ஆகும். ஏற்கெனவே, விஞ்ஞானிகள் பிளாஸ்டிக்கைச் சிதைக்கக்கூடிய சுமார் 40 என்ஸைம்களைக் கண்டறிந்துள்ளனர். இந்தத் தொழில்நுட்பம் எதிர்காலத்தில், பிளாஸ்டிக் சிதைவில் 'பெரும் புரட்சியை' ஏற்படுத்தக்கூடும்.

மெழுகுப்
புழுக்களால்
பிளாஸ்டிக்
சிதைவு

உதாரணமாக,

- மெழுகுப் புழுக்கள் – பாலிஎத்திலீன்
- உணவுப் புழுக்கள் – பாலிஸ்டிரீன்
- அந்துப்பூச்சி லார்வாக்கள் – பாலிப்ரோப்பிலீன்

பசுமை இல்ல வாயுக்கள் உமிழ்வில் பிளாஸ்டிக்கின் பங்கு

பூமிக்குள் 'தூங்கிக்கொண்டிருந்த' புதைபடிவ எரிபொருள் என்ற அரக்கனை அதன் விளைவுகள் தெரியாமல் நாம் எழுப்பிவிட்டோம் என்பதே உண்மை. நிலக்கரி, எண்ணெய், இயற்கை எரிவாயு போன்ற புதைபடிவ எரிபொருட்களை எரிப்பதால், பெருமளவு கார்பன் டை ஆக்சைடு, பிற பசுமை இல்ல வாயுக்கள் வளிமண்டலத்தில் வெளியிடப்படுகின்றன. இது புவி வெப்பமடைதல், கடல் மட்ட உயர்வு, பருவ நிலை மாற்றத்திற்கு முக்கியக் காரணியாகும். மறுசுழற்சி செய்யப்படாத / முறையாக அகற்றப்படாத பிளாஸ்டிக் கழிவுகள் காற்று, நீர், சூரிய ஒளியால் 'சிதைந்து' பசுங்குடில் வாயுக்களை வளிமண்டலத்தில் உமிழ்கின்றன. பிளாஸ்டிக்கின் 'வாழ்க்கைச் சுழற்சியில்' பசுமை இல்ல வாயுக்களின் உமிழ்வு 3.4%. 2019ஆம் ஆண்டில் மட்டும், பிளாஸ்டிக் பயன்பாட்டினால் 1.8 பில்லியன் டன்கள் 'பசுமை இல்ல வாயுக்கள்' வளிமண்டலத்தில் கலந்து காற்று மாசுபாட்டை அதிகரித்தது. இவற்றில், 90% உமிழ்வுகள், பிளாஸ்டிக் உற்பத்தியின் போது வெளியானதாகும்.

இதேநிலை தொடர்ந்தால், 2060ஆம் ஆண்டளவில், பிளாஸ்டிக்கின் வாழ்க்கைச் சுழற்சியிலிருந்து வெளியேறும் பசுமை இல்ல வாயுக்கள் இருமடங்காக உயரக்கூடும். இந்த உமிழ்வுகள் பூமியின் வளிமண்டலத்தை வெப்பமாக்கி, கடல் மட்ட உயர்வு, தீவிர வானிலை நிகழ்வுகள் எனக் கடுமையான விளைவுகளைத் துரிதப்படுத்தலாம். பிளாஸ்டிக்கைத் திறந்தவெளியில் எரிப்பதால் கார்பன் டை ஆக்சைடு, கார்பன் மோனாக்சைடு, ஹைட்ரோகுளோரிக் அமிலம், சல்பர் டை ஆக்சைடு, நைட்ரஜன் ஆக்சைடுகள், கார்பன் துகள்கள், டையாக்ஸின்கள், பியூரான்கள் போன்ற நச்சு வாயுக்கள் வளிமண்டலத்தில் வெளியிடப்பட்டு அதிதீவிர காற்று மாசுபாட்டை உண்டாக்குகின்றன. 2023ஆம் ஆண்டு, டொயோட்டா நிறுவனம் 'அம்மோனியா' ரசாயனத்தை முதன்மை எரிபொருளாகக் கொண்டு இயங்கும் கார்களைச் சோதனை செய்தது. அம்மோனியாவில் 'கார்பன் அணுக்கள்' இல்லாதலால் இஞ்ஜினில் 'எரியும்போது' கார்பன் டை ஆக்சைடை உமிழ்வதில்லை. அதிக ஆற்றல், மலிவு, சேமிப்பு கையாளுவதற்குப் பாதுகாப்பானதாக உள்ளதால், இது

'ஹைட்ரஜன்' எரிபொருளுக்கு மாற்றாக எதிர்காலத்தில் பயன்படக்கூடும்.

மைக்ரோ பிளாஸ்டிக்ஸ்

பிளாஸ்டிக் பொருட்கள், காலப்போக்கில் சிறிய, மிகச்சிறிய துகள்களாகச் சிதைகின்றன. இந்தப் பிளாஸ்டிக் துகள்களை, மேக்ரோ பிளாஸ்டிக்ஸ் (2.5 செ.மீ மேல் உள்ள துகள்கள்), மீசோ பிளாஸ்டிக்ஸ் (2.5 செ.மீ - 5 செ.மீ), மைக்ரோ பிளாஸ்டிக்ஸ் (1 மைக்ரோ மீட்டர் - 5 மில்லி மீட்டர்), நானோ பிளாஸ்டிக்ஸ் (1 நானோ மீட்டர் - 100 நானோ மீட்டர்) என வகைப்படுத்தலாம்.

பிளாஸ்டிக் பொருட்கள் புற ஊதாக் கதிர்கள், வெப்பம், உராய்வு, வேதி, உயிர் வேதி விளைவுகளால் சிதைவடையும்போது இந்தத் துகள்கள் உருவாகின்றன. அழகுசாதனப் பொருட்கள்,

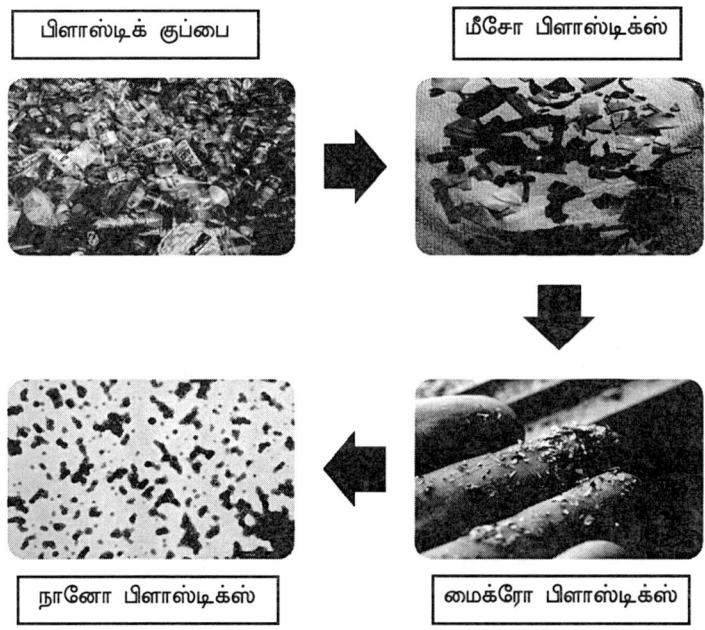

கிளீனிங் பொருட்கள், வாஷிங் மிஷின் சலவையின்போது 'மைக்ரோ பிளாஸ்டிக்' துகள்கள் வெளியிடப்படுகின்றன. வாஷிங் மிஷினின் ஒவ்வொரு சலவையின் போதும் சுமார் 7,00,000க்கும் மேற்பட்ட 'மைக்ரோ பிளாஸ்டிக் துகள்கள்' சுற்றுச்சூழலில் வெளியிடப்படுகின்றன. இவை உயிரினங்களுக்கும், சுற்றுச்சூழலுக்கும் தீங்கு விளைவிக்கும் தன்மை கொண்டவை.

மேக்ரோ ஆப்பிள்
(8 கோடி நானோ மீட்டர்)
மைக்ரோ – மனிதனின் ரோமத்தின் விட்டம் (75,000 நானோ மீட்டர்)
நானோ – டிஎன்ஏவின் விட்டம் (2 நானோ மீட்டர்)
நானோ – சிலிக்கான் அணு (0.2 நானோ மீட்டர்)

மைக்ரோ பிளாஸ்டிக்ஸ்

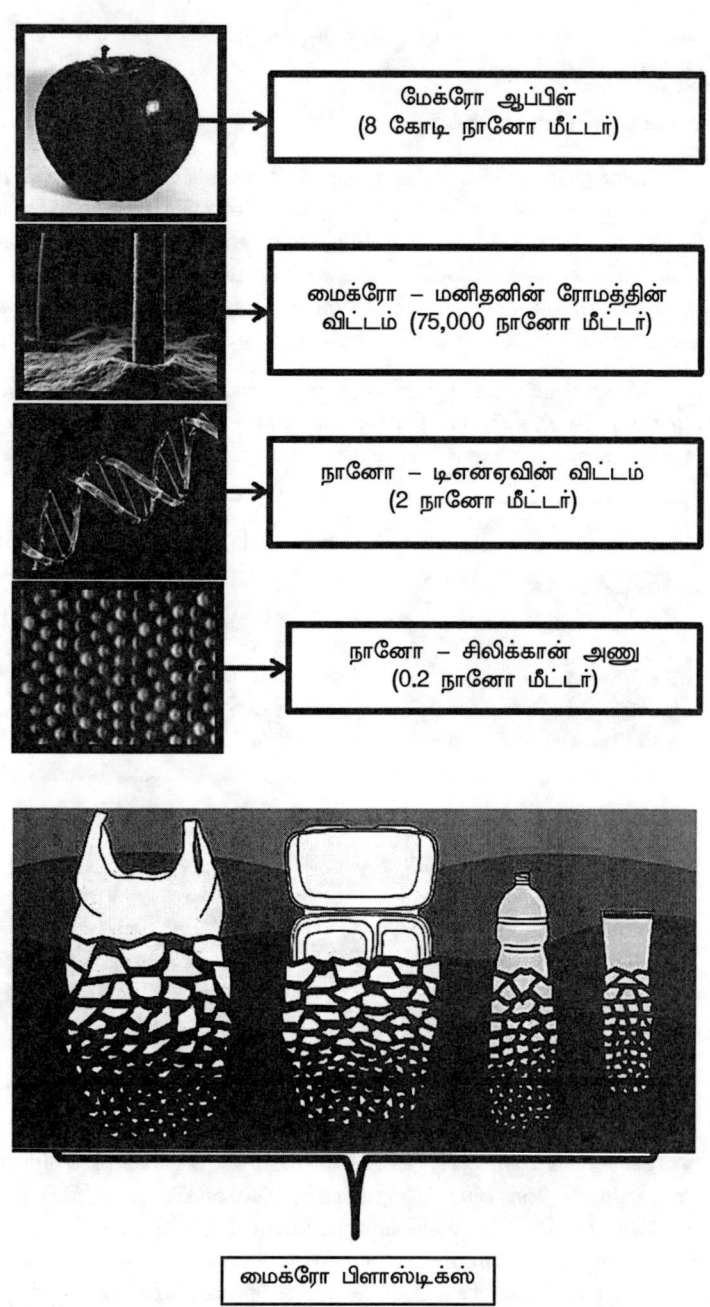

மேலும் இவை காற்றில் உள்ள நச்சுப் பொருட்கள், தீங்கு விளைவிக்கும் நுண்ணுயிரிகளைச் 'சுமந்து' நீண்ட தூரம் செல்லும் திறன் கொண்டவை.

உலகளாவிய நிதியகம், 2100ஆம் ஆண்டிற்குள், கடலிலுள்ள 'மைக்ரோபிளாஸ்டிக்கின் அளவு' கிரீன்லாந்து நாட்டின் பரப்பளவைவிட இரண்டரை மடங்கு அதிகமாக இருக்கும் எனக் கணித்துள்ளது. 2019ஆம் ஆண்டில், உலகெங்கிலும் உள்ள கடல்களில் சுமார் 1,500,000,000,000,000,000 (1.5 மில்லியன் டிரில்லியன்) மைக்ரோ பிளாஸ்டிக் துகள்கள் இருந்ததாக விஞ்ஞானிகள் கணக்கிட்டுள்ளனர்.

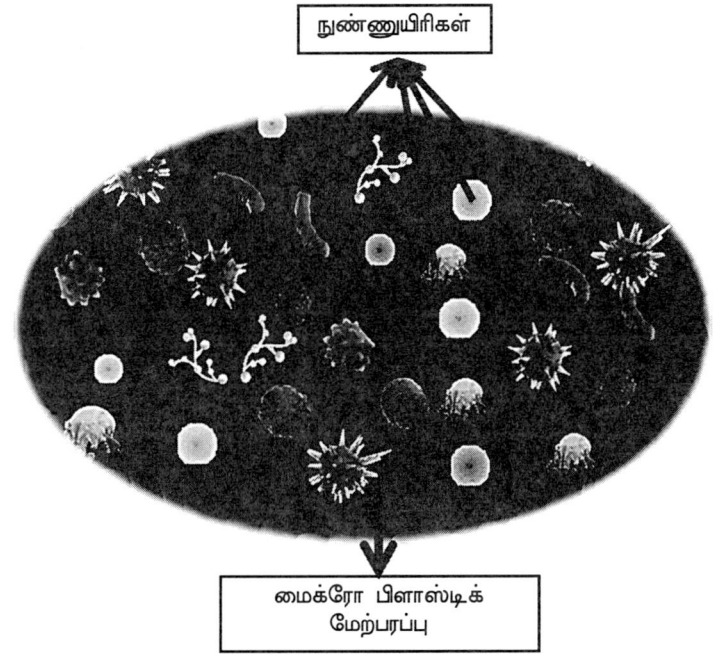

மைக்ரோ பிளாஸ்டிக் துகள்கள் வளிமண்டலத்திலும் பரவியுள்ளன. நிலத்தில் உள்ள நோய்க்கிருமிகள், இந்த மைக்ரோ பிளாஸ்டிக்கில் 'ஒட்டிக்கொண்டு' காற்றோட்டத்தின் காரணமாகக் கடலில் கலக்கும் அபாயமும் உள்ளது. இந்த நோய்க்கிருமிகள் கடல்வாழ் உயிரினங்களைப் பாதிக்கக்கூடும். டோக்ஸோபிளாஸ்மா, கிரிப்டோஸ்போரிடியம், ஜியார்டியா போன்ற நோய்க்கிருமிகள் மனிதர்களையும், விலங்குகளையும் பாதிக்கின்றன. இந்தக் கிருமிகள் மைக்ரோ பிளாஸ்டிக்கில் 'ஒட்டிக்கொண்டு' பரவும் தன்மைகொண்டது.

கிருஷ்ணராஜ சாகர் அணையில் சமீபத்தில் நடத்தப்பட்ட ஒரு ஆய்வில் மீன்களின் வயிற்றில் மைக்ரோ பிளாஸ்டிக் துகள்கள் இருந்ததையும், இந்தத் துகள்கள் மீன்களின் வளர்ச்சியைத் தடுப்பதையும் ஆய்வாளர்கள் கண்டறிந்தனர். இவை மீன்களின் செரிமான மண்டலத்தைப் பாதித்து, வளர்ச்சியைத் தடுக்கின்றன. கிருஷ்ணராஜ சாகர் அணையில் கண்டறியப்பட்ட மைக்ரோ பிளாஸ்டிக் துகள்கள் அணைப் பகுதியில் அதிகரித்து வரும் பிளாஸ்டிக் மாசுபாட்டின் அறிகுறியாகும். மண்ணில் கலந்துள்ள மைக்ரோ பிளாஸ்டிக்ஸ் மண்புழுக்களின் வளர்ச்சியையும் நன்மை செய்யும் பாக்டீரியாக்களையும் பாதிக்கிறது. மண்புழுக்கள் மண்ணில் துளையிட்டு, வளமான நிலத்தை உருவாக்குகின்றன. இவை மண்ணில் ‘கால்வாய்களை’ உருவாக்குவதன் மூலம் நீர் மற்றும் காற்றின் ஓட்டத்தை மேம்படுத்துகின்றன. இந்தச் ‘சுற்றுச்சூழல் பொறியாளர்கள்’ மைக்ரோ பிளாஸ்டிக்ஸை ‘உணவு’ எனத் தவறாகப் புரிந்து கொண்டு உட்கொள்வதால் செரிமான மண்டல பாதிப்பைச் சந்திக்கின்றன. கூர்மையான நுண்ணிய பிளாஸ்டிக் துகள்கள் இவற்றைக் காயப்படுத்தவும் செய்கின்றன.

இவ்வாறு, மண்புழுக்கள் பாதிப்படைவது, சுற்றுச்சூழலுக்குப் பெரிய சவாலாக இருக்கும். பாக்டீரியாக்கள் மண்ணின் வளத்தைப் பாதுகாப்பதிலும், பயிர்களின் வளர்ச்சியிலும் முக்கிய பங்கு வகிக்கின்றன. மைக்ரோ பிளாஸ்டிக் இந்தப் பாக்டீரியாக்களின் செயல்பாட்டைப் பெருமளவு குறைத்து விடுகிறது. துருவப்பகுதியின் (ஆர்க்டிக், அன்டார்டிக்) வளிமண்டலத்தில் பரவிய ‘மைக்ரோ பிளாஸ்டிக்ஸ்’ சூரிய ஒளியை உறிஞ்சுவதன் மூலம் ‘ஆல்பிடோ விளைவை’க் குறைத்து புவியின் வெப்பமயமாதலை அதிகரிக்கிறது. ஆல்பிடோ விளைவு என்பது பூமியின் மேற்பரப்பில் ‘சூரிய ஒளியின்’ பிரதிபலிப்பைக் குறிப்பதாகும். பிளாஸ்டிக் சிதைவதால் வளிமண்டலத்தில் வெளியேற்றப்படும் மைக்ரோ பிளாஸ்டிக்ஸ், அதிக சூரிய ஒளியைக் கிரகித்து, பனிப்பாறைகள், பனிக்கட்டிகள் உருகுவதை விரைவுபடுத்துகிறது. இந்த விளைவு ஆர்க்டிக், அண்டார்டிக் பகுதிகளில் நிகழ்கிறது.

நானோ பிளாஸ்டிக்குகள்

நானோ பிளாஸ்டிக்குகள் என்பது 1–100 நானோ மீட்டர் அளவிலான பிளாஸ்டிக் துகள்களாகும். இவற்றை அதிநவீன எலக்ட்ரான் நுண்ணோக்கியால் மட்டுமே காண முடியும். வேதிக் காரணிகளாலும், நீரின் ஓட்டத்தாலும் இயந்திரங்களின் உராய்வினாலும் புற ஊதாக் கதிர்வீச்சாலும் பிளாஸ்டிக்

பொருட்கள் சிறு சிறு துகள்களாக உடைந்து நானோ பிளாஸ்டிக்குகளை உண்டாக்குகின்றன. இந்தத் துகள்கள் மிகவும் சிறியவை. நமது கண்களால் பார்க்க இயலாதவை. இவை நுண்ணுயிரிகளுக்கும், மீன்களுக்கும் பறவைகளுக்கும் கடல்வாழ் பாலூட்டிகளுக்கும் கூடத் தீங்கு விளைவிக்கும். கடந்த 40 ஆண்டுகளாக நீர்நிலைகளில், குறிப்பாகக் கடல்களில் நானோ பிளாஸ்டிக்குகள் 'குவிந்து' வருகின்றன. இவற்றை முதன்மை, இரண்டாம் நிலை நானோபிளாஸ்டிக்ஸ் என வகைப்படுத்தலாம். இவை உற்பத்தி செய்யப்பட்டுச் சுற்றுச்சூழலில் வெளியிடப்பட்டால் முதன்மை பிளாஸ்டிக். டயர்களின் தேய்மானங்களாலும், சாலைகளில் பூசப்பட்ட வண்ணங்களாலும் அதிவெப்பத்தில் பிளாஸ்டிக் சிதையும் போதும்

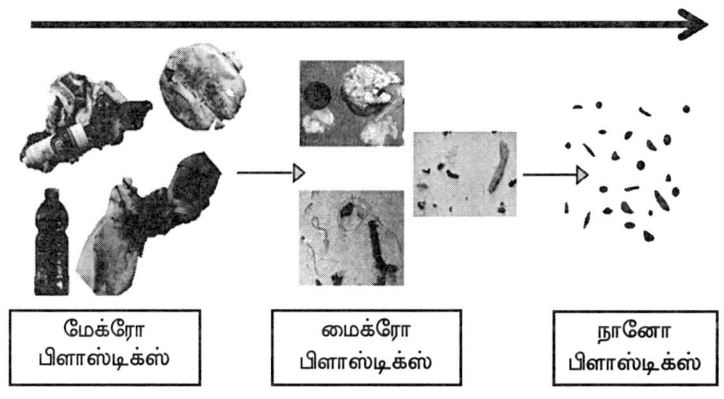

சுற்றுச்சூழலில் பிளாஸ்டிக் சிதைவு

மேக்ரோ பிளாஸ்டிக்ஸ் — மைக்ரோ பிளாஸ்டிக்ஸ் — நானோ பிளாஸ்டிக்ஸ்

இரண்டாம் நிலை பிளாஸ்டிக்குகள் உருவாகின்றன. மிகச்சிறிய அளவின் காரணமாக, சுற்றுச்சூழலிலிருந்து நானோ பிளாஸ்டிக்கைக் கண்டறிந்து, அகற்றுவது கடினம். இந்தத் துகள்கள் நீர்நிலைகளிலும், நிலத்திலும் வளிமண்டலத்திலும் கூடக் காணப்படுகின்றன.

மைக்ரோ பிளாஸ்டிக்கைவிட நானோ பிளாஸ்டிக்குகள் மிகச் சிறியவை என்பதால், இவற்றைக் கடல்வாழ் உயிரினங்கள் எளிதாக உட்கொள்ளும். நானோ பிளாஸ்டிக்குகள் உயிரினங்களின் செரிமான மண்டலத்தில் 'தங்கி' உணவுச் செரிமானத்தைத் தடுக்கிறது. இதனால் உயிரினங்கள் ஊட்டச்சத்துக் குறைபாடு, வளர்ச்சிக் குறைபாடு போன்ற பிரச்சினைகளைச் சந்திக்கின்றன. மனிதர்களுக்கு நானோ பிளாஸ்டிக்ஸின் தாக்கம் இன்னும் ஆராய்ச்சி நிலையில்தான் உள்ளது. இந்தப் பிளாஸ்டிக்கின்

நச்சுத்தன்மையைத் தீவிரமாக எடுத்துக்கொள்வது மிக முக்கியம். ஏனெனில், இவற்றை மேக்ரோ பிளாஸ்டிக்ஸ் போல் எளிதாக அடையாளம் கண்டு அகற்ற முடியாது. எனவே, இவை எதிர்காலத்தில் மனிதர்களுக்குப் பெரும் பாதிப்பை ஏற்படுத்தக்கூடும்.

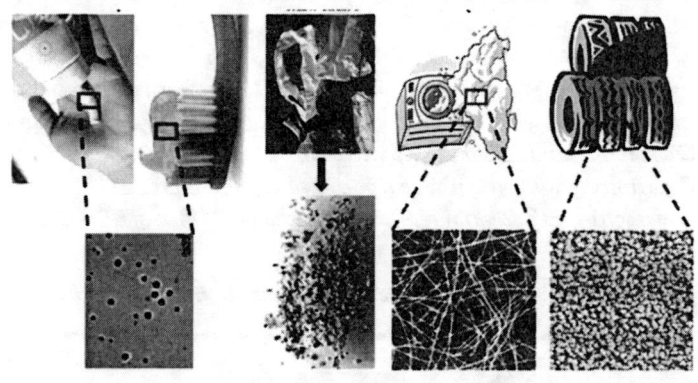

நானோ பிளாஸ்டிக் மூலங்கள்

சுற்றுச்சூழலில் உள்ள பெரும்பாலான நானோ பிளாஸ்டிக்குகள் 'இரண்டாம் நிலை' பிளாஸ்டிக்குகளே. அனைத்து பிளாஸ்டிக் கப்புகளிலும் 'சூடான பானங்களை' ஊற்றும்போது உருகி நானோபிளாஸ்டிக்ஸை வெளியிடுகின்றன. இது நம்முடைய கல்லீரல், இரத்தம், குடல், டிஎன்ஏ, சில என்சைம்களின் சுரப்பையும் பாதிக்கலாம். குறிப்பாக இந்தத் துகள்கள் 'ஜூப்ளாங்க்டன்' போன்ற நீர்வாழ் உயிரினங்களைப் பெரிதும் பாதிக்கின்றன. நேச்சர் நானோ டெக்னாலஜியில்

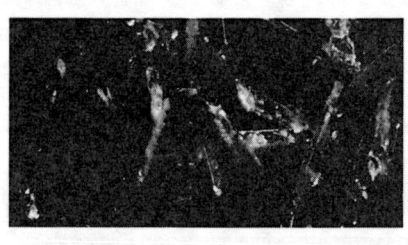

உயிரினங்களில் நானோ பிளாஸ்டிக் துகள்கள்

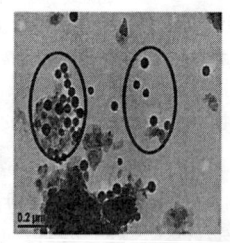

மண்ணில் உள்ள பாலி ஸ்டைரின் நானோ பிளாஸ்டிக் துகள்கள்

(நன்றி: ஸ்பிரிங்கர் பப்ளிஷர்ஸ்)

வெளியிடப்பட்ட ஆய்வில், இந்தத் துகள்கள் சில தாவரங்களின் வளர்ச்சியைப் பாதிப்பது கண்டறியப்பட்டுள்ளது. ஆய்வாளர்கள் 'அரபிடோப்சிஸ் தலியானா' என்ற தாவரத்தை நானோ பிளாஸ்டிக் துகள்கள் உள்ள மண்ணில் வளர்த்து, அதன் உயிரியல், மரபியல் பண்புகளில் இந்தத் துகள்களின் தாக்கத்தை ஆய்வு செய்தனர். ஆய்வின் முடிவில், அதன் எடை, உயரம், குளோரோபில் செறிவு, வேரின் வளர்ச்சி குறைந்திருந்தது கண்டறியப்பட்டது. வட, தென் துருவங்களிலும், கிரீன்லாந்து பனிப்பாறைகளிலும் இந்தத் துகள்களின் செறிவு அதிகமாக இருப்பது கண்டறியப்பட்டுள்ளது. உதாரணமாக, கிரீன்லாந்தில் ஒரு மில்லி லிட்டர் பனியில் 13 நானோ கிராம் 'நானோ பிளாஸ்டிக்ஸ்' இருந்தன. அண்டார்டிக் பனிப்பாறைகளில் இதைவிட நான்கு மடங்கு அதிகமாக இருப்பதும் கண்டறியப் பட்டுள்ளது. இந்தத் துகள்கள், வட அமெரிக்கா, ஆசியாவிலிருந்து 'காற்றின்' மூலம் இங்கு பரவி இருக்கக்கூடும் எனக் கருதப்படுகிறது.

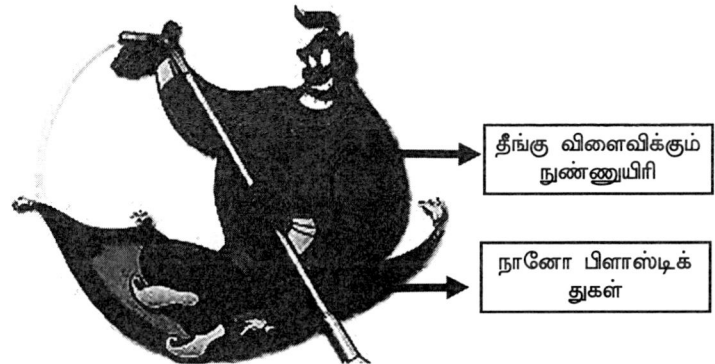

தீங்கு விளைவிக்கும் நுண்ணுயிரி
நானோ பிளாஸ்டிக் துகள்

இவை உணவின் மூலமாகவும், சுவாசிக்கும்போதும், தோளில் உள்ள துளைகள் மூலமாகவும் நமது உடலில் நுழையக்கூடும். இவை உடல் வீக்கம், ஆக்ஸிஜனேற்ற அழுத்தம், செல்லுலார் சிஸ்டத்தைச் சேதப்படுத்தும் திறனைக் கொண்டிருக்கின்றன. 'ஆக்ஸிஜனேற்ற அழுத்தம்' என்பது நமது உடலில் உள்ள ப்ரீ ரேடிக்கல்கள், ஆன்டி ஆக்சிடென்ட்கள் இடையிலான சமநிலையின்மை. இது நமது 'செல்லுலார் அமைப்பை'ச் சேதப்படுத்துகின்றன. நானோ பிளாஸ்டிக்குகள் 'தீங்கு விளைவிக்கும் கிருமிகளின்' கேரியர்களாகவும் செயல்படுவதால் நமது உடலில் எளிதாக நுழையக்கூடும். இருப்பினும் நமக்கு இதன் தாக்கத்தை முழுமையாகப் புரிந்துகொள்வதற்கு விரிவான ஆய்வுகள் தேவை.

பிளாஸ்டிக் மாசுபாட்டின் விளைவுகள்

பிளாஸ்டிக் மாசுபாடு வனவிலங்குகள், அவற்றின் வாழ்விடங்களைக் கடுமையாகப் பாதிக்கிறது. உதாரணமாக, விலங்குகளின் உணவுச் சங்கிலியைச் சீர்குலைத்து அவற்றின் 'வாழ்நாட்களை'க் குறைக்கிறது. சீனா, பிரேசில், இந்தோனேசியா,

இந்தியா, அமெரிக்கா உள்ளிட்ட 12 நாடுகள், உலகின் 52% பிளாஸ்டிக் கழிவுகளுக்குக் காரணம். தற்போதைய நிகழ்வுகளின் அடிப்படையில் பிளாஸ்டிக் உற்பத்தி 2040ஆம் ஆண்டளவில் மூன்று மடங்கு அதிகரிக்கக்கூடும். மக்கள் தொகை உயர்வும், பொருளாதார வளர்ச்சியுமே இதற்கு முக்கியக் காரணமாகும். உலக மக்கள் தொகை 2010ஆம் ஆண்டில் 6.96 பில்லியனிலிருந்து 2020ஆம் ஆண்டில் 7.79 பில்லியனாக உயர்ந்தது. இதன் காரணமாக, பிளாஸ்டிக் பொருட்களின் தேவையும் அதிகரித்தது. குறிப்பாக, வளரும் நாடுகளில், மக்கள் பிளாஸ்டிக் பொருட்களையே அதிகம் பயன்படுத்துகிறார்கள். உலக மக்கள்தொகை 2030இல் 8.5 பில்லியனாகவும், 2050இல் 9.7 பில்லியனாகவும் 2100ஆம் ஆண்டில் 10.4 பில்லியனாகவும் அதிகரிக்கக்கூடும் என்று கணிக்கப்பட்டுள்ளது.

ஐக்கிய நாடுகள் சபை அறிக்கையில், 2050க்குள் கடலில் மீன்களைவிட பிளாஸ்டிக்ஸ் அதிகமாக இருக்கக்கூடும் என எச்சரிக்கை விடுக்கிறது. உலக வனவிலங்கு நிதியத்தின் ஆய்வின்படி ஒவ்வொரு ஆண்டும் பிளாஸ்டிக் மாசுபாட்டால் சுமார் 1,00,000 கடல்வாழ் உயிரினங்கள் மடிகின்றன. ஆமைகள், திமிங்கலங்கள், சீல்கள், ஜெல்லிமீன்கள், டால்பின்கள், பவளப்பாறைகள், பிளாங்க்டன்கள், சிப்பிகள், நட்சத்திர மீன்கள் பெருமளவு பாதிக்கப்படுகின்றன. ஐக்கிய நாடுகள் சபையின் கூற்றுப்படி, 'பிளாஸ்டிக்கை' உட்கொள்வதால் ஒவ்வொரு

இரா. மகேந்திரன்

நன்றி : எம்டிபிஜ ஆய்விதழ்

நைஜர் நதி, நைஜீரியா

நைல் நதி, எகிப்து

அமேசான் நதி, பிரேசில்

கங்கை நதி, இந்தியா

ஆண்டும் சுமார் 10,00,000 பறவைகள் மடிக்கின்றன. 90%க்கும் அதிகமான பறவைகளின் வயிற்றில் பிளாஸ்டிக் துகள்கள் இருப்பது கண்டறியப்பட்டுள்ளது.

பிளாஸ்டிக் 'உணவு வலையில்' நுழைந்து, விலங்குகளுக்கும், மனிதர்களுக்கும் தீங்கு விளைவிக்கின்றன. பிளாங்க்டன், கடல்வாழ் உயிரினங்கள், விலங்குகள் பிளாஸ்டிக் துகள்களை 'உணவு' எனத் தவறாகக் கருதிச் சாப்பிட்டால், மூச்சுத் திணறல், செரிமான மண்டலப் பாதிப்பு, காயங்கள் உண்டாகின்றன. இவற்றை நாம் சாப்பிடும்போது எளிதாக நம் உடலில் நுழைகின்றன. பூச்சிக்கொல்லிகள், ரசாயன உரங்கள் மைக்ரோ பிளாஸ்டிக்ஸுடன் 'இணைந்து' நமது உணவுச் சங்கிலியில் நுழையலாம். உணவுப் பேக்கேஜிங்கில் உள்ள நுண்ணிய பிளாஸ்டிக்ஸ் உணவில் கலந்து நமது உடலில் நுழைகின்றன.

இந்தோனேசியாவிலுள்ள பாலித்தீவின் அழகிய கடற்கரைகள் பிளாஸ்டிக் மாசுபாட்டால் பெரிதும் பாதிக்கப்பட்டுள்ளன. பிளாஸ்டிக் நிறைந்த கடற்கரைகள், கடல் மாசுபாடு காரணமாக இங்கு சுற்றுலாப் பயணிகளின் வருகை பெரிதும் குறைந்துள்ளது. இங்குள்ள ஆமைகள், பறவைகள் போன்ற பல்வேறு கடல்வாழ் உயிரினங்களும் பிளாஸ்டிக் மாசுபாட்டால் பெரிதும் பாதிக்கப்பட்டு வருகின்றன. ஆப்பிரிக்க நாடுகளில் பிளாஸ்டிக் கழிவுகள் பெரும் பிரச்சினையாக உள்ளது. பல ஆப்பிரிக்க நாடுகளில், பிளாஸ்டிக் கழிவுகள் முறையாகக் கையாளப்படுவதில்லை. இதன் விளைவாக, இந்தக் கழிவுகள் ஆறுகளை அடைத்து, நீர்நிலைகளைச் சீர்குலைத்து, நீரினால் பரவும் நோய்களை அதிகரிக்கின்றன.

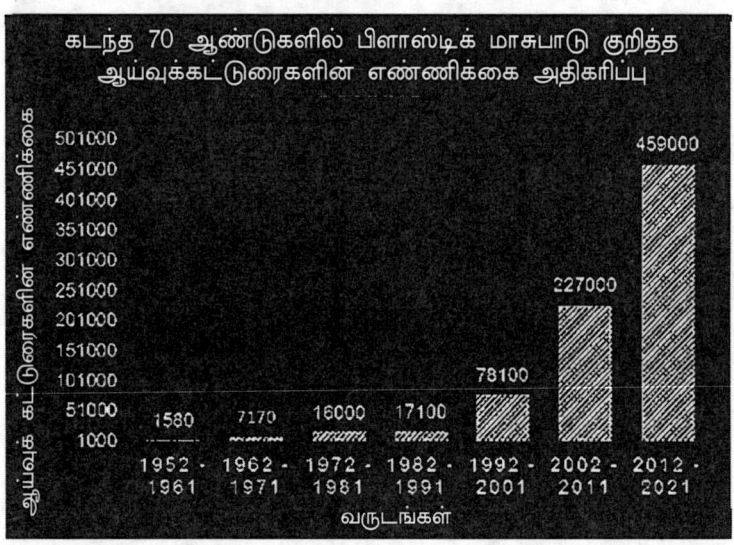

பிளாஸ்டிக் மாசுபாடு பவளப்பாறைகள், மீன்களின் வளர்ச்சி, பல்லுயிர், சுற்றுலாவைப் பாதிக்கிறது. வடஅமெரிக்காவிலுள்ள பெரிய ஏரிகளும் மைக்ரோபிளாஸ்டிக் துகள்களால் மாசுபட்டுள்ளன. இந்த மாசுபாடு 3,500க்கும் மேற்பட்ட தாவரங்களையும், விலங்கினங்களையும் 40 மில்லியனுக்கும் அதிகமான மக்களின் குடிநீரின் தரத்தையும் பாதிக்கின்றன. இந்த ஏரிகளிலிருந்து எடுக்கப்பட்ட நீர் மாதிரிகளில் (90%) வனவிலங்குகளைப் பாதிக்கும் வகையில் மைக்ரோ பிளாஸ்டிக் துகள்களால் மாசுபட்டுள்ளன. மாலத்தீவுகள், சீஷெல்ஸ், துவாலு போன்ற சிறிய 'தீவு' நாடுகளும் பிளாஸ்டிக் மாசுபாட்டிற்குத் தப்பவில்லை.

மனிதர்களுக்குப் பிளாஸ்டிக் மாசுபாட்டின் தாக்கங்கள்

2023 ஆகஸ்ட்வரை, நாசாவால் கண்டறியப்பட்ட புறக்கோள்களின் எண்ணிக்கை 5,000ஐக் கடந்துள்ளது. இந்த எண்ணிக்கை தொடர்ந்து அதிகரித்தும் வருகிறது. புறக்கோள்கள் என்பது வேறு நட்சத்திரங்களைச் சுற்றிக்கொண்டிருக்கும் கோள்கள். நமது சூரியன் நாம் பார்க்கும் மிகப்பெரிய நட்சத்திரமாகும். அவை நமது சூரியக் குடும்பத்தில் உள்ள

அண்டார்டிக் ஸ்ட்ராபெரி நட்சத்திர மீன்

(நன்றி: லாசோ–வாசெம்)

கோள்களைப் போல இருந்தாலும், வேறு நட்சத்திரங்களைச் சுற்றி வருகின்றன. இந்தப் புறக்கோள்களின் கண்டுபிடிப்பு நமது பூமியின் தோற்றம் பற்றியும் மனிதர்கள் 'வாழத்தகுதியான' பிற கோள்கள் பற்றிய கண்ணோட்டத்தையும் வழங்குகிறது. எதிர்காலத்தில், நாம் அத்தகைய கோள்களைக் கண்டறியக்கூடும். அதுவரை, இந்தப் பூமியே நமது வீடாகும். இங்குதான் நீர், திட, திரவ, வாயு நிலைகளில் உள்ளது. வளிமண்டலத்தின் 20.9% ஆக்ஸிஜனும், உகந்த தட்பவெப்பநிலையும், புற ஊதாக் கதிர்வீச்சிலிருந்து நம்மைக் காக்கும் ஓசோன் படலமும் காஸ்மிக் கதிர்வீச்சிலிருந்து நம்மைக் காக்கும் வலுவான காந்தப்புலமும் உள்ளன. இன்று பூமியானது 8.7 மில்லியன் தாவர, விலங்கினங்களுக்குத் 'தாயகமாக' உள்ளது. 8.7 மில்லியன் உயிரினங்களில், 6.5 மில்லியன் நிலத்திலும், 2.2 மில்லியன் கடலிலும் கண்டறியப்பட்டுள்ளன. இதில் மனித இனமும் ஒன்று. பெருங்கடல்கள் ஆழ்ந்த உலகம். இத்தகைய பெரிய உலகத்தில், நாம் இன்னும் கண்டறியாத பல உயிரினங்கள் உள்ளன. ஆழ்கடல் என்பது ஒளியே எட்டாத அடியில், உயிரினங்கள் ஒளிவிட்டு மின்ன, அறிவியலுக்கே புரியாத உலகம். ஆழ்கடலின் குறைவான வெப்பநிலை, அதிக நீர் அழுத்தம், முழுமையான இருள், அதிக உப்புத்தன்மை போன்றவை நமது ஆராய்ச்சிக்குப் பெரும் தடைகளாக உள்ளன. இருப்பினும் ஆழ்கடலை ஆராய்வதற்கான தொழில்நுட்பம் தொடர்ந்து முன்னேறி வருகிறது. புதிய நீர்மூழ்கிகள், அதிநுட்பக் கேமராக்கள் இந்த ஆய்வை எளிதாக்குகின்றன. கடந்த சில ஆண்டுகளில், புதிய வகைக் கடல் பாலூட்டிகள், மீன்கள், பவளப்பாறைகள் கண்டுபிடிக்கப் பட்டன. சமீபத்தில் ஆராய்ச்சியாளர்கள் 20 "கைகள்" கொண்ட புதிய வகை இறகு நட்சத்திர மீனைக் கண்டுபிடித்துள்ளனர். இந்த இனம் அண்டார்டிக் இறகு நட்சத்திர மீன்களின் ஒரு அங்கமாகும். இவ்வளவு உயிரினங்களுக்குப் 'புகலிடமாக' உள்ள இந்தப் பூமியை நமது சுயநலத்திற்காக மாசுபடுத்துவது மன்னிக்க முடியாத குற்றமாகும். பூமி மாசுபடுவதால் நாம் மட்டுமல்லாமல் பிற உயிரினங்களும் பாதிக்கப்படுகின்றன என்பதை நாம் நினைவில் கொள்ள வேண்டும்.

பிளாஸ்டிக் பல்வேறு இரசாயனங்களின் கலவையால் ஆனது. பிளாஸ்டிக் பொருட்களில் 3,200க்கும் மேற்பட்ட தீங்கு விளைவிக்கக்கூடிய ரசாயனங்கள் உள்ளன. குறிப்பாக, தாலேட்ஸ், பிஸ்பினால், பெர் ப்ளூரோ அல்கைல்ஸ், ப்ளேம் ரிடார்டன்ட்கள், ஆர்கனோ பாஸ்பேட்கள். இந்த ரசாயனங்கள், நரம்பு மண்டலம், நுரையீரல் புற்றுநோய், ஆஸ்துமா, உடல் பருமன், நீரிழிவு, வளர்சிதைக் கோளாறுகளுக்குக் காரணமா கின்றன. இந்நிலையில், 2050க்குள் 33 பில்லியன் டன் பிளாஸ்டிக்

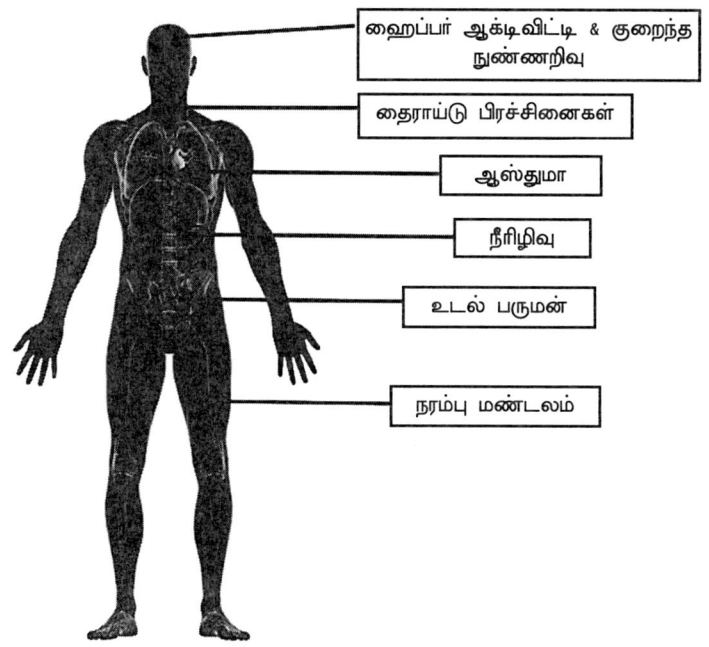

கழிவுகள் 'கூடுதலாக'ப் பூமியில் சேரும் என்பது கவலைக்குரிய தாகும். ஒளி, ஈரப்பதம், வெப்பம், நுண்ணுயிரிகளால் சிதையும் பொழுது பிளாஸ்டிக்கில் உள்ள சில நச்சுப் பொருட்கள் 'ஆவியாகி' காற்றில் கலக்கின்றன. இந்த மாசுபட்ட காற்றையும், பிளாஸ்டிக் குப்பைகளை எரிக்கும்போது வெளிவரும் நச்சு வாயுக்களைச் சுவாசிக்கும்போதும், பிளாஸ்டிக் கோப்பையில் சூடான காபியை அருந்தும்போதும், நுண்ணிய பிளாஸ்டிக் துகள்கள் நமது உடலில் எளிதாக நுழைகின்றன. கூர்மையான 'விளிம்புகளை'க் கொண்ட பிளாஸ்டிக் துகள்கள் நமக்கு 'வெட்டு'க் காயங்களைக்கூட ஏற்படுத்தலாம்.

பிளாஸ்டிக்கில் உள்ள சில குறிப்பிட்ட நச்சுக்கள்

➤ பிஸ்பினால் எ: தண்ணீர் பாட்டில்கள், டம்ளர்கள், தட்டுகள் போன்ற உணவுக்கலன்களில் இந்த நச்சு உள்ளது. வளர்சிதை மாற்றம், நாளமில்லாச் சுரப்பிகள், செரிமான மண்டலம், உடல் வெப்பநிலை, மூளையின் செயல்பாட்டைப் பெரிதும் பாதிக்கிறது.

➤ பிளாஸ்டிசைசர்கள் (தாலேட்ஸ்): பெரும்பாலும், இது பாலிவினைல் குளோரைடு (பிவிசி) தயாரிப்பில் பயன்படுத்தப் படுகிறது. பி வி சி பேனர்கள், பிளக்ஸ், பொம்மைகள், தரை

விரிப்புகள் தயாரிக்கப் பயன்படுத்தப்படுகிறது. தாலேட்டுகளும் நாளமில்லாச் சுரப்பிகளுக்குத் தீங்கு விளைவிக்ககூடியதாகும். இது ஆஸ்துமா, ஒவ்வாமையையும் ஏற்படுத்துகிறது. இந்த இரசாயனம், 2015இல் ஐரோப்பிய ஒன்றியத்தால் தடை செய்யப்பட்டது.

தீ தடுப்பான்கள் (பயர் ரிடார்டண்ட்கள்): மின்சார, மின்னணுச் சாதனங்கள் தீயினால் பாதிக்கப்படாமல் இருப்பதற்குப் பிளாஸ்டிக்குடன் சேர்க்கப்படுகின்றன. இது நரம்பு மண்டலத்தையும், ஹார்மோன்களின் செயல்பாட்டையும் பாதிக்கும் தன்மை கொண்டது.

பாலி ப்ரோமினேட்டட் டை பினைல் ஈதர்கள்: எலக்ட்ரானிக்ஸ் சாதனங்களைத் தயாரிக்கப் பயன்படுத்தப்படும் பிளாஸ்டிக் பொருட்களில் உள்ள 'தீ தடுப்பான்கள்'. இவை சுற்றுச்சூழலிலும், உணவுச் சங்கிலியிலும் எளிதாக நுழைந்து விடும் தன்மை கொண்டது. நமது வளர்ச்சி, நரம்பு மண்டலம், தைராய்டு சுரப்பியைப் பாதிக்கின்றன.

பார்மால்டிஹைடு: மெலமைன் பிளாஸ்டிக்குகள் போன்ற பிளாஸ்டிக்குகளில் 'பைண்டராக'ப் பயன்படுத்தப்படுகிறது. இவை தோலில் பாதிப்பை ஏற்படுத்தக்கூடும்.

ஈயம், காட்மியம்: இந்த உலோகங்கள் பிளாஸ்டிக் பொருட்கள் தயாரிப்பின்போது நிலைப்படுத்தியாக (ஸ்டபிலைசர்) பயன்படுத்தப்படுகின்றன. குறிப்பாக, இது குழந்தைகளின் உடல்நலத்தைப் பெரிதும் பாதிக்கின்றன.

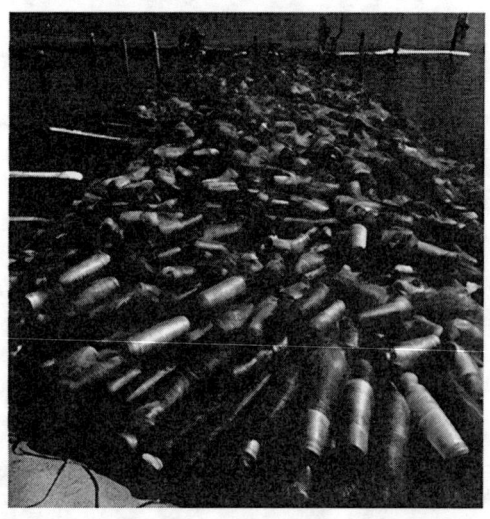

ஆண்டிமனி: தண்ணீர் பாட்டில்கள், பாத்திரங்கள் தயாரிப்பில் பயன்படுத்தப்படும் பி இ டி (பாலிஎதிலீன் டெரெப்தாலேட்) உற்பத்தியில் ஆண்டிமனி வினையூக்கியாகப் பயன்படுத்தப்படுகிறது. இதன் அளவு அதிகமாகும்போது உடல்நலப் பிரச்சினைகளை ஏற்படுத்துகின்றன.

அக்ரைலோ நைட்ரைல்: இது அக்ரிலோனிட்ரைல்–பியூடாடீன்–ஸ்டைரீன் போன்ற சில பிளாஸ்டிக்குகளின் உற்பத்தியில் பயன்படுத்தப்படுகிறது. இது புற்றுநோய், சுவாசம், நரம்பியல் பிரச்சினைகளை ஏற்படுத்தக்கூடும்.

அணுகுண்டை விட 'பிளாஸ்டிக்' பேரழிவை உண்டாக்கும் பொருள்.

இதன் தாக்கம் எதிர்காலச் சந்ததியினருக்குப் பல நூற்றாண்டுகளாக இருக்கக்கூடும்.

நீர்நிலைகளில் பிளாஸ்டிக் மாசுபாடு

பிளாஸ்டிக் தயாரிக்கப் பயன்படுத்தப்படும் இரசாயனங்கள் நீர்வாழ் உயிரினங்களுக்கு நச்சுத்தன்மையுள்ளவை. பிளாஸ்டிக் கழிவுகளை 'உணவாகக் கருதி' உண்ணும் நீர்வாழ் உயிரினங்கள் இந்த நச்சு இரசாயனங்களையும் உட்கொண்டு மரணத்தைத் தழுவுகின்றன. நீர் நிலைகளில் பிளாஸ்டிக் மாசுபாடு மீன் வளம் சுற்றுலாவிற்குச் சேதத்தை ஏற்படுத்துவதன் மூலம் பெரும் பொருளாதார இழப்பையும் ஏற்படுத்துகிறது.

இந்தக் கழிவுகள் நீர்வாழ் தாவரங்களுக்கும் தீங்கு விளைவிக்கின்றன. இந்தக் கழிவுகள் மீன்களில் 'சேர்வதால்', இவற்றை உண்பவர்களும் பாதிப்புக்குள்ளாகிறார்கள். சிட்டாரம் நதி (இந்தோனேசியா), கங்கை நதி (இந்தியா), தேம்ஸ் நதி (இங்கிலாந்து), மணிலா பே (பிலிப்பைன்ஸ்), உர்மியா ஏரி (ஈரான்), ரியோ டி லா பிளாட்டா நதி (அர்ஜென்டினா, உருகுவே), நைஜர் (நைஜீரியா), நைல் (எகிப்து), அமேசான் (பிரேசில்) ஆகிய நதிகள் இம்மாசுபாட்டால் பெரிதும் பாதிக்கப்பட்டுள்ளன. 2030க்குள், உலகிலுள்ள நீர்நிலைகளில் சுமார் 80 மில்லியன் டன் பிளாஸ்டிக் குப்பைகள் சேரக்கூடும். உலகிலுள்ள 1,350 பெரிய ஆறுகளால், கடலில் கலக்கும் பிளாஸ்டிக் கழிவுகளில், 88 – 95% ஆசியா, ஆப்பிரிக்காவில் உள்ள ஆறுகளில் இருந்தே வருகின்றன. இதற்கு அதிக மக்கள்தொகை, மோசமான கழிவு மேலாண்மை அமைப்பே காரணம் என வேர்ல்ட் எக்னாமிக் பாரம் குற்றம் சாட்டியுள்ளது. நிலத்தில் கொட்டப்படும் பிளாஸ்டிக் கழிவுகள் சிதைவடைந்து, நிலத்தடி நீரில் கலந்து குடிநீரையும் மாசுபடுத்துகின்றன. உதாரணமாக அமேசான் நதியில் வருடத்திற்குச் சுமார் 1,50,000 டன்கள் பிளாஸ்டிக் கழிவுகள் சேர்கிறது. இந்தக் கழிவுகள், நதியின் சுற்றுச்சூழல் பொருளாதாரத்தில் பெரும் தாக்கத்தை ஏற்படுத்துகிறது. இம்மாசுபாடு நீர்நிலைகளின் அழகைக் குறைத்துப் படகு சவாரி, மீன்பிடித்தல் போன்ற பொழுதுபோக்கு அம்சங்களையும் பாதிக்கிறது. உணவுக்கலன்கள் (பாலிப்ரோப்பிலீன், பாலிஸ்டிரீன்),

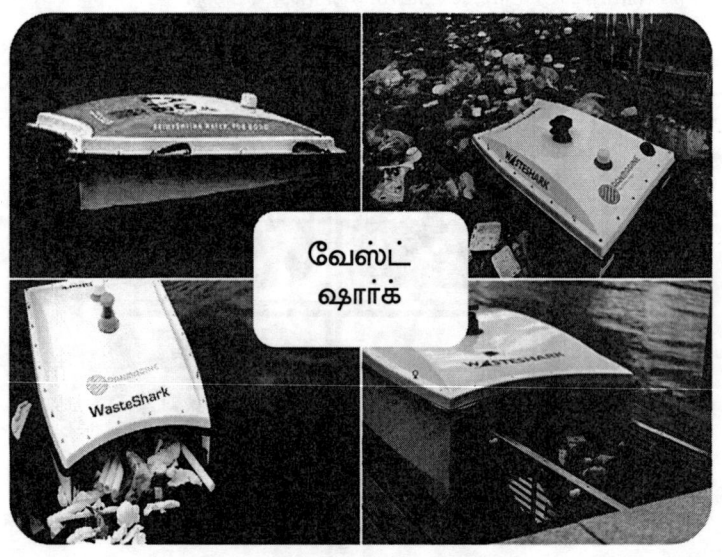

வேஸ்ட் ஷார்க்

இரா. மகேந்திரன்

பைகள் (பாலித்தீன்), பாட்டில்கள் (பாலித்தீன் டெரெப்தாலேட்), உணவுத் தட்டுகள் (பாலிஸ்டிரீன்) நீர்ச்சூழலில் பெருமளவு சேர்ந்துவரும் பிளாஸ்டிக்குகளாகும்.

ஆறுகள் ஏரிகள் கடல்கள் போன்ற நீர்நிலைகளில் பிளாஸ்டிக் மாசுபாட்டைக் குறைக்க உதவும் ஒரு புதிய தொழில்நுட்பம் 'வேஸ்ட் ஷார்க்'. இது ஒரு ரோபோடிக் இயந்திரம். இது நாள் ஒன்றுக்கு 21,000 பிளாஸ்டிக் பாட்டில்களைச் சேகரிக்க முடியும். இது நீரின் மேற்பரப்பில் மிதக்கும் பிளாஸ்டிக் பாட்டில்கள் பைகள், நீர்வாழ் உயிரினங்களுக்குத் தீங்கு விளைவிக்கும் பிற குப்பைகளையும் சேகரிக்கிறது. இது பிளாஸ்டிக் மாசுபாட்டைக் குறைக்க உதவுவதோடு, நீர்வாழ் உயிரினங்களைப் பாதுகாக்கவும் உதவுகிறது. ஆறுகள் வடிகால் அமைப்புகளில் 'வடிகட்டிகளை' அமைப்பதன் மூலமும் பிளாஸ்டிக் கழிவுகள் கடலில் கலப்பதைத் தடுக்க முடியும்.

கடற்கரைகளில் பிளாஸ்டிக் மாசுபாடு

கடற்கரை, நமது ஓய்வின் ஆலயம். அலைகளின் இசை நிறைந்த அரங்கம், உப்புக்காற்றின் உறைவிடம். மனத்தில் மறைந்திருக்கும் கவலைகளை அலசி எறிந்துவிடும் அரங்கம். கடற்கரையில் நடப்பது நமது கால் தசைகளை வலுப்படுத்தி, ஆரோக்கியத்தைப் பாதுகாக்கிறது. கடல் காற்றில் ஐயோடின், மக்னீசியம் போன்ற நன்மை பயக்கும் அயனிகளும் நிறைந்துள்ளன. அலைகளின் இரைச்சல் ஓர் இயற்கை மருத்துவம்.

கடற்கரைகளில் பிளாஸ்டிக் மாசுபாடு

இவை மனஅழுத்தத்தைக் குறைக்க உதவுகின்றன. ஆனால் கடற்கரைகள் பிளாஸ்டிக் மாசுபாட்டால் பாதிக்கப்பட்டு வருகின்றன. குறிப்பாக, பயன்படுத்தப்பட்ட பிளாஸ்டிக் பாட்டில்கள், பைகள், ஸ்ட்ராக்கள், தட்டுகள், கப்புகள். மக்கள் கடற்கரைகளில் பிளாஸ்டிக் கழிவுகளை விட்டுச் செல்வது, அலைகள் மூலம் கடலில் சேர்கின்றன. 2040க்குள், நகர்புறக் கடற்கரைகளில் ஒவ்வொரு கிலோ மீட்டருக்கும் சுமார் 50கிலோ பிளாஸ்டிக் பொருட்கள் இருக்கக்கூடும். உலகளவில், கடற்கரையில் சேரும் குப்பைகளில் 73% பிளாஸ்டிக் பொருட்களாகும். இந்தியா, 7,517 கிலோமீட்டர் நீளமுள்ள கடற்கரையைக் கொண்டுள்ளது. இது ஒன்பது மாநிலங்களில் சுமார் 2.02 மில்லியன் சதுர கிலோமீட்டர் அளவுள்ள பொருளாதார மண்டலமாகவும், பல்லுயிர், 420 மில்லியன் (14.2%) மக்களின் வாழ்விடமாகவும் உள்ளது. குறிப்பாக, மீனவர்கள் 'விட்டுச் செல்லும்' மீன்பிடி வலைகளில் விலங்குகளும் பறவைகளும் 'சிக்கி'க் கொள்கின்றன. உடைந்த கண்ணாடி பாட்டிலின் பாகங்கள் கடற்கரைக்குச் செல்பவர்களுக்கும்,

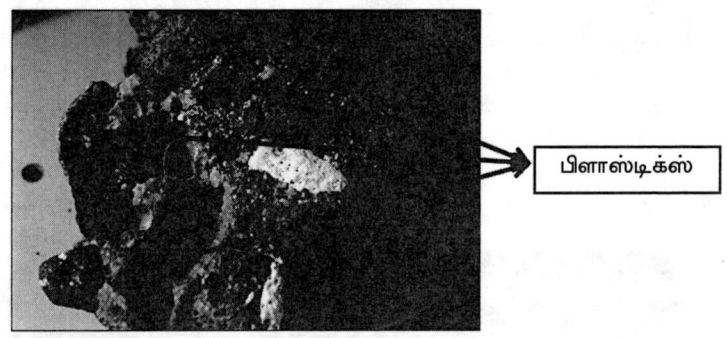

பிளாஸ்டிக்ஸ்

நன்றி: பிளாஸ்டிக் சூப் பவுண்டேஷன்

பிற உயிரினங்களுக்கும் காயங்களை ஏற்படுத்தலாம். இவை கடற்கரையின் அழகியலைச் சீர்குலைப்பது மட்டுமின்றி, கடுமையான சுற்றுச்சூழல் மாசுபாட்டையும் ஏற்படுத்துகின்றன. கடற்கரைகளில் பிளாஸ்டிக் மாசுபாடு 2040க்குள் மூன்று மடங்காக அதிகரிக்கக்கூடும் எனச் சுற்றுச்சூழல் ஆய்வாளர்கள் எச்சரித்துள்ளனர்.

அட்லாண்டிக் கடலில் மக்கள் வசிக்காத 'டிரிண்டேட்' தீவில் உருகிய பிளாஸ்டிக்கைக் கொண்ட எரிமலைப் பாறைகள் கண்டுபிடிக்கப்பட்டுள்ளன. இதில், மீன்பிடி வலைகள் பிற பிளாஸ்டிக் பொருட்கள் இருந்தன. இந்த பிளாஸ்டிக் கழிவுகள் கடல் நீரில் மிதந்து வந்து எரிமலை வெடிப்பின்போது

உருகியிருக்கலாம் எனக் கருதப்படுகிறது. பிரேசில் நாட்டிலிருந்து 1,100 கிலோமீட்டர் தொலைவில் அமைந்துள்ள இந்தத் தீவு பிளாஸ்டிக்கால் பெரிதும் மாசுபட்டு வருகிறது. இது கடல் மாசுபாடு எவ்வளவு தீவிரமாக உள்ளது என்பதற்கான ஓர் எடுத்துக்காட்டு.

மனிதர்கள் வசிக்காத ஹென்டர்சன் தீவில் பிளாஸ்டிக் மாசுபாடு

மேற்கு இந்தியப் பெருங்கடலில் உள்ள 'சீஷெல்ஸ்' தீவின் கடற்கரைகளில் 'பிளாஸ்டிக் குப்பைகள்' குவிந்துவருகின்றன. இந்தக் குப்பைகளில் பெரும்பாலானவை, இந்தத் தீவில் உருவானவை அல்ல. பருவக்காற்றுகள், கடல் நீரோட்டங்கள், எல் – நினோ, லா நினோ நிகழ்வுகளால் பிற நாடுகளிருந்து கொண்டு செல்லப்பட்டவையாகும். குறிப்பாக இந்தோனேசியா, இந்தியா, இலங்கையிலிருந்து 'சென்றவையாகும்'. ஆளில்லாத் தீவுகளில் பிளாஸ்டிக் கழிவுகளை 'நிர்வகிக்க' மனிதர்கள் இல்லாததால் கடுமையாக மாசுபட்டுள்ளது. எடுத்துக்காட்டாக, தென்பசிபிக் பகுதியிலுள்ள, யுனெஸ்கோ உலக பாரம்பரியத் தளமான, மனிதர்கள் வசிக்காத 'ஹென்டர்சன் தீவு' பிளாஸ்டிக்கால் பெரிதும் மாசுபட்டு வருகிறது. இங்கு தினமும் 3500–13500 பிளாஸ்டிக் பொருட்கள் சேர்ந்து வருகின்றன. கோகோஸ் தீவுகள் (இந்தியப் பெருங்கடல்), மிட்வே அட்டோல் (வடபசிபிக்), அல்டாப்ரா அட்டோல் (சீஷெல்ஸ், இந்தியப் பெருங்கடல்), தெற்கு ஜார்ஜியா தீவு (தெற்கு அட்லாண்டிக்) போன்ற மக்கள் வசிக்காத தீவுகளும் பிளாஸ்டிக்கால் பெரிதும் மாசுபட்டுள்ளன.

வடக்கு சென்டினல் தீவு, இந்தியாவின் அந்தமான் தீவுகளில் ஒன்றாகும். இங்கு 'வெளி உலகத்துடன் தொடர்பு இல்லாத' சென்டினலீஸ் மக்கள் வசிக்கின்றனர். இந்தத் தீவில் பிளாஸ்டிக் பொருட்கள் உற்பத்தி செய்யப்படுவதில்லை. ஆனால் கடல் நீரோட்டங்கள் மூலம் இங்கு பிளாஸ்டிக் கழிவுகள் குவிந்து வருகிறது. தொலைதூர தனிமைப்படுத்தப்பட்ட தீவுகள்கூட பிளாஸ்டிக் மாசுபாட்டின் விளைவுகளிலிருந்து தப்பவில்லை என்பதை நினைவூட்டுகிறது. சென்டினலீஸ் மக்களைப் பாதுகாக்கும் முயற்சியில் இந்திய அரசாங்கம் இந்தத் தீவுக்கு மக்கள் செல்வதற்குத் தடை விதித்துள்ளது.

கிரேட் பசிபிக் குப்பைத் தீவு

கிரேட் பசிபிக் குப்பைத் தீவு என்பது பசிபிக் பெருங்கடலில் உள்ள பிளாஸ்டிக் குப்பைகளின் தொகுப்பாகும். நீரின் சுழற்சியால், பிளாஸ்டிக் கழிவுகள் ஒன்றுடன் ஒன்று ஒட்டிக்கொண்டு இந்தத் 'தீவுகளை' உருவாக்குகின்றன. இது இரண்டு திட்டுகளாகப் பிரிக்கப்படுகிறது. ஜப்பானுக்கு அருகிலுள்ள மேற்குக்

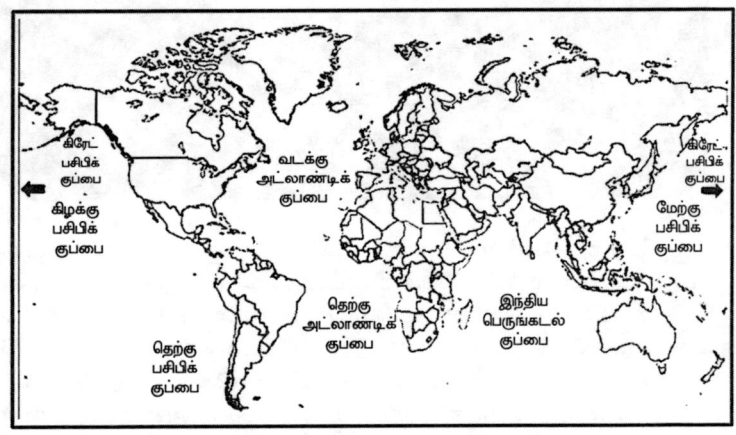

குப்பைத் திட்டு, ஹவாய், கலிபோர்னியா இடையே உள்ள கிழக்குக் குப்பைத் திட்டு. இங்குள்ள குப்பைகளில் பெரும்பாலானவை பிளாஸ்டிக் பொருட்களாகும். இந்த பிளாஸ்டிக்குகள் சிறுசிறு துண்டுகளாக உடைந்து கடலின் சுற்றுச்சூழலை மாசுபடுத்தி வருகின்றன. இது ஒரு சிக்கலான பிரச்சினையாகவே தற்போது வரை இருந்து வருகிறது.

அட்லாண்டிக், இந்தியப் பெருங்கடல்களிலும் இதே போன்ற 'குப்பைத் தீவுகள்' உருவாகி வருவது கவலைக்குரியதாகும். சூரிய ஒளி, அலைகள், வேதி வினைகள் காரணமாக

பிளாஸ்டிக்குகள் சிறிய துண்டுகளாக உடைந்து கடல்வாழ் உயிரினங்களுக்குத் தீங்கு விளைவிக்கும், நானோ – மைக்ரோ பிளாஸ்டிக் துகள்களாகவும் மாறுகின்றன. பெருங்கடல்களில் ஒவ்வொரு சதுர கிலோமீட்டருக்கும் சுமார் 100 பிளாஸ்டிக் துண்டுகள் உள்ளன. 2009ஆம் ஆண்டில் நடத்தப்பட்ட கடல் நீர் ஆய்வில், 1972இல் எடுக்கப்பட்ட தரவுகளுடன் ஒப்பிடும்போது,

பிளாஸ்டிக்கின் அளவு சுமார் 100 மடங்கு அதிகமாக இருந்தது. இந்த ஆய்வின் முடிவுகள், கடல்களில் பிளாஸ்டிக் கழிவுகளின் அளவு 1972ஆம் ஆண்டிலிருந்து கணிசமாக அதிகரித்திருப்பதைக் காட்டுகின்றன. இது கடல்களில் பிளாஸ்டிக் மாசுபாடு அதிவேகமாக அதிகரித்து வருகிறது என்பதற்கான அறிகுறியாகும்.

கடல்வாழ் உயிரினங்களில் பிளாஸ்டிக் மாசுபாட்டின் தாக்கம்

பிளாஸ்டிக் மாசுபாடு ஒரு உலகளாவிய சுற்றுச்சூழல் பிரச்சினை. இது மிகச்சிறிய ஒற்றைச் செல் அமீபாக்கள் முதல் மிகப்பெரிய விலங்கான நீலத் திமிங்கலங்கள்வரை பல்வேறு உயிரினங்களைப் பாதித்து வருகிறது. உலகின் மிகப்பெரிய விலங்கான நீலத் திமிங்கலங்கள் ஒரு நாளைக்குச் சுமார் 10 மில்லியன் மைக்ரோ பிளாஸ்டிக் துண்டுகளை உட்கொள்கின்றன. பிளாஸ்டிக் துகள்கள் நுண்ணுயிரிகளின் (அமீபா, பைட்டோபிளாங்க்டன், ஜூப்ளாங்க்டன்) வளர்ச்சி, இனப்பெருக்கத்தைப் பாதிக்கிறது. இந்தத் துகள்கள் மீன்களின் உடலில் சிக்கி, அவற்றின் தோல் உள் உறுப்புகளுக்குக் காயங்களை ஏற்படுத்துகிறது. குறிப்பாக

இந்தத் துகள்கள் மீன்களின் ஹார்மோன் சுரப்பைப் பாதிக்கிறது. சீகல், அல்பட்ராஸ் போன்ற கடல் பறவைகள் பிளாஸ்டிக் குப்பைகளில் சிக்கி மூச்சுத்திணறி இறந்தும் போகின்றன.

உலகப் பொருளாதார மன்றத்தின் அறிக்கை, பிளாஸ்டிக் உற்பத்தி இதே விகிதத்தில் தொடர்ந்தால், 2050க்குள் கடல்களில் உள்ள மீன்களின் எண்ணிக்கையைவிட பிளாஸ்டிக் பொருட்களின் எண்ணிக்கை அதிகமாக இருக்கும் என எச்சரித்துள்ளது. 2050க்குள் கடல்களில் 937 மில்லியன் டன் பிளாஸ்டிக்கும், 895 மில்லியன் டன் மீன்களும் இருக்கக்கூடும். பெருங்கடல்கள் 171 டிரில்லியன் அளவிலான பிளாஸ்டிக் துகள்களால் மாசுபடுத்தப்பட்டு 'பிளாஸ்டிக் புகை' போல் மாறியுள்ளன. 2023 முதல் 2040வரை, கடல்களில் கலக்கும் பிளாஸ்டிக்கின் விகிதம் சுமார் 2.6 மடங்கு அதிகரிக்கக்கூடும்.

இதன் விளைவாக, கடலில் பிளாஸ்டிக் மாசுபாடு நான்கு மடங்கு அதிகரிக்கும். 2100ஆம் ஆண்டளவில், இப்போது உள்ளதைவிட 50 மடங்கு அதிகமாக மைக்ரோ பிளாஸ்டிக்ஸ் கடல்களில் இருக்கும். இந்தியாவின் சுற்றுச்சூழல் அமைச்சகத்தின் கூற்றுப்படி இதுவரை ஆய்வு செய்யப்பட்ட கடல்வாழ் உயிரினங்களில் சுமார் 88% உயிரினங்கள் பிளாஸ்டிக் மாசுபாட்டால் பாதிப்படைந்துள்ளன. கடலில் தற்போது 5.25 டிரில்லியன் டன் அளவிலான பிளாஸ்டிக் கழிவுகள் உள்ளன. இதில் சுமார் 2,69,000 டன் பிளாஸ்டிக் கழிவுகள் கடலின் மேற்பரப்பில் மிதக்கின்றன.

இரா. மகேந்திரன்

உலகின் மிக ஆழமான பகுதியான மரியானா அகழியில்கூட பிளாஸ்டிக் பொருட்கள் கண்டுபிடிக்கப்பட்டுள்ளன. இது பசிபிக் பெருங்கடலில் 10,975 மீட்டர் ஆழமான, அதிக அழுத்தம்கொண்ட பகுதியாகும். இங்கு பயோ லூமினசென்ட் மீன்களும் ராட்சத ஸ்க்விட்கள், பவளப்பாறைகள், ஜெல்லி மீன், ஆக்டோபஸ் போன்ற உயிரினங்களும் வாழ்கின்றன. இந்த மாசுபாட்டின் விளைவாக இந்தக் கடல்வாழ் உயிரினங்கள் பெரிதும் பாதிக்கப்படக்கூடும். மரியானா அகழியில் கண்டுபிடிக்கப் பட்டுள்ள பிளாஸ்டிக் பொருட்கள், கடல்சார் மாசுபாட்டின் தீவிரத்தன்மையைக் காட்டுகிறது.

உலகளவில் மீன்பிடித் தொழிலால் மட்டும் ஒவ்வொரு ஆண்டும் 1,50,000 டன் பிளாஸ்டிக் பொருட்கள் கடலில் சேர்கின்றன. பிளாஸ்டிக் மீன்பிடி வலைகள், மிதவைகள் மீன்பிடிக்கப் பயன்படுத்தப்படுகின்றன. இவற்றின் ‘ஆயுட்காலம்’ முடிந்த பிறகு, பெரும்பாலும் கடலில் வீசப்படுகின்றன. இந்த வலைகள், மிதவைகள் கடலின் அடியில் சென்று கடல்வாழ் உயிரினங்களுக்குத் தீங்கு விளைவிக்கின்றன.

திமிங்கலத்தின் வயிற்றிலிருந்த 40 கிலோ பிளாஸ்டிக் பொருட்கள்

கடலில் உள்ள பிளாங்க்டன்கள் 30–50% கார்பன் டை ஆக்சைடை வளிமண்டலத்திலிருந்து உறிஞ்சி ஆக்ஸிஜனை வெளியிடுகின்றன. இந்த பிளாங்க்டன்கள் ‘கடல்வாழ் சிறு’ உயிரினங்களாகும். இவைகள் கார்பன் டை ஆக்சைடை ‘சுவாசித்து’ ஆக்ஸிஜனை வெளியிடுவதன் மூலம், பூமியின் காலநிலையைக் கட்டுப்படுத்துவதில் முக்கியப் பங்கு வகிக்கின்றன. இந்த பிளாங்க்டன்கள் பிளாஸ்டிக் மாசுபாட்டால் பாதிக்கப்படும்போது

இவற்றின் கார்பன் டை ஆக்சைடு 'உறிஞ்சு திறனும்' பெருமளவு பாதிக்கப்படுகிறது. குறிப்பாகப் பிளாஸ்டிக் துகள்கள் பவளப்பாறைகளின் ஸ்கேலிடனில் மிக எளிதாக ஒட்டிக்கொண்டு அந்த உயிரினத்தை அழித்து வருகின்றன. இந்தப் பவளப்பாறைகள் கடலின் ஆழமற்ற பகுதிகளில் காணப்படுகின்றன. இவை பல்வேறு வகையான கடல்வாழ் உயிரினங்களுக்கு வாழ்விடமாக உள்ளன. மேலும் பிளாஸ்டிக் துகள்கள் பவளப்பாறைகள்மீது வளரும் பாசிகள், பிற கடல்வாழ் உயிரினங்களை அழிக்கின்றன.

நுண்ணுயிரிகளில் பிளாஸ்டிக்கின் தாக்கங்கள்

பன்முகத்தன்மை கொண்ட உயிரினங்கள், நமது பூமியின் சுற்றுச்சூழல் சமநிலையைப் பராமரிப்பதில் பெரும் பங்கைக் கொண்டுள்ளன, மனிதர்களைத் தவிர. மிகச்சிறிய நுண்ணுயிரிகள் முதல் பெரிய பாலூட்டிகள்வரை, ஒவ்வொரு உயிரினங்களும் பூமியின் 'இயக்கத்திற்கு' உதவுகின்றன. எடுத்துக்காட்டாக, தேனீக்கள், குளவிகள், வௌவால்கள், வண்டுகள், சிட்டுக்குருவிகள், குயில்கள், மகரந்தத்தை ஒரு பூவிலிருந்து இன்னொரு பூவுக்குக் கொண்டு செல்லும் முக்கியமான பூச்சிகள், நத்தைகள் பூக்களில் ஊர்ந்து செல்லும்போது, அவற்றின் உடலில் மகரந்தத் துகள்கள் ஒட்டிக்கொண்டு வேறு பூக்களுக்குச் செல்லும்போது மகரந்தச்

முள் வால் கெக்கோ

நாணல் தவளை

2023இல்
கண்டறியப்பட்ட
புதிய உயிரினங்கள்

பாலிசீட் புழு

அகோன்டிஸ் முக்வண்டோ

நன்றி: சி என் என்

சேர்க்கை நிகழ்கிறது. பூமியானது 8,750,000 தாவர, விலங்கு இனங்களுக்குத் 'தாயகமாக' உள்ளது. இதில் மனித இனமும் ஒன்று. பெருங்கடல்களில் 22,10,000 உயிரினங்களும், நிலத்தில் 6,540,000 உயிரினங்களும் உள்ளதாக மதிப்பிடப்பட்டுள்ளது. 2023ஆம் ஆண்டில், உலகெங்கிலும் கிட்டத்தட்ட 1,000 புதிய உயிரினங்கள் கண்டுப்பிடிக்கப்பட்டன. உதாரணமாக, பப்புவா நியூகினியாவில் கண்டறியப்பட்ட நீல நிற முகம் கொண்ட தேனீ, இந்தோனேசியா காடுகளில் கண்டறியப்பட்ட நீண்ட கொம்புகளைக் கொண்ட பூச்சி, ஆழ்கடலில் கண்டறியப்பட்ட பிளாஷ்லைட் மீன் என ஏராளமான உயிரினங்கள். இவைகளைப் பாதுகாக்க வேண்டியது நம் கடமை. உலகிலுள்ள, பல்லாயிரம் உயிரினங்களை நாம் இன்னும் கண்டறியவில்லை என்பதே உண்மை.

தற்போதுள்ள உயிரினங்களில் சுமார் 41,000 இனங்கள், மாசுபாடு பருவநிலை மாற்றத்தால் அழிந்துபோகும் அபாயத்தில் இருப்பதாகச் சர்வதேச இயற்கைப் பாதுகாப்பு ஒன்றியம் (IUCN) குறிப்பிட்டுள்ளது. குறிப்பாக, ஜவான் காண்டாமிருகம், அமுர் சிறுத்தை, சுந்தா தீவு புலி, மலை கொரில்லா, தபனுலி ஒராங்குட்டான், ஆப்பிரிக்க யானை, சுமத்ரா ஒராங்குட்டான்.

நுண்ணுயிரிகள் நம் கண்களுக்குத் தெரிவதில்லை. ஆனால் இவை இல்லாமல் போனால் பூமியின் 'இயக்கமே' நின்றுவிடும் என்பதுதான் உண்மை. இவை பூமியின் சுற்றுச்சூழலைப் 'பராமரிப்பதில்' பெரும் பங்கு வகிக்கின்றன. இவை வளிமண்டலத்தில் ஆக்ஸிஜனின் அளவை அதிகரிக்கவும், கார்பன் டை ஆக்சைடை உறிஞ்சி, பசுமைக் குடில் வாயுக்களின் அளவைக் குறைக்கவும் ஊட்டச்சத்துக்களை உற்பத்தி செய்து பிற உயிரினங்களுக்கு 'உணவைக்' கொடுக்கின்றன. பாக்டீரியா, ஆர்க்கியா, பூஞ்சை போன்ற நுண்ணுயிரிகள், கரிமப் பொருட்களை உடைத்து, ஊட்டச்சத்துக்களை மறுசுழற்சி செய்து, சுற்றுச்சூழலைச் சீராக்க உதவுகின்றன. குறிப்பாக சயனோபாக்டீரியா, இவை பூமியில் உயிரினங்கள் தோன்றியதில் முக்கியப் பங்கு வகிக்கின்றன. சுமார் 3.5 பில்லியன் ஆண்டுகளுக்கு முன்பு, ஒளிச்சேர்க்கை மூலம் இவை வளிமண்டலத்தில் ஆக்ஸிஜனின் அளவை அதிகரிக்கத் தொடங்கின. இந்தச் செயல்முறையின் விளைவாக, வளிமண்டலத்தில் ஆக்ஸிஜனின் அளவு அதிகரிக்கத் தொடங்கியது.

தற்போது வளிமண்டலத்தில் ஆக்ஸிஜனின் அளவு 20.9% ஆக உயர்ந்ததற்கு இந்த சயனோபாக்டீரியாவே முக்கிய காரணம். பூமியில் மனித இனம் தோன்றி சுமார் 5.2 மில்லியன் ஆண்டுகள்தான் ஆகிறது. காலநிலை மாற்றத்திற்கான அரசுகளுக்கிடையேயான குழுவின் (ஐ பி சி சி) அறிக்கையின்

படி, சுற்றுச்சூழல் மாசுபாட்டினால் கி.பி 1500 முதல் 2022 வரை, சுமார் 680 'முதுகெலும்புள்ள' இனங்கள் அழிந்துவிட்டன என்பது கவலைக்குரியதாகும். 'பெரிய' உயிரினங்களில் பிளாஸ்டிக்கின் விளைவுகள் ஆவணப் படுத்தப்பட்டிருந்தாலும் நுண்ணுயிரிகளில் இவற்றின் பாதிப்பு பெரும்பாலும் கவனிக்கப் படுவதில்லை. நானோ பிளாஸ்டிக்ஸை நுண்ணுயிரிகள் உட்கொள்வது அவற்றின் செரிமான மண்டலத்தைப் பாதித்து இறப்புக்கு வழிவகுக்கும். சில சமயங்களில், இந்தத் துகள்கள் இவற்றின் 'செல் சுவர்களை'த் துளைத்து, காயங்களை உண்டாக்கு கின்றன. இந்தத் துகள்கள், நுண்ணுயிரிகளின் இயற்பியல், வேதியியல் பண்புகளை மாற்றிவிடும் தன்மைகொண்டதால், கரிமப்பொருட்களின் சிதைவு, ஊட்டச்சத்துச் சுழற்சி, சூழலியல் சமநிலையில் பெரும் பாதிப்பை ஏற்படுத்துகின்றன.

பிளாஸ்டிக் பொருட்கள் சிதையும் பொழுது நச்சு மூலக்கூறுகளையும், அபாயகரமான உலோக அயனிகளையும் வெளியேற்றுகின்றன. இவை லார்வாக்கள், பாசிகள் உள்ளிட்ட நுண்ணுயிரிகளின் வளர்ச்சியைப் பெரிதும் பாதிக்கின்றன. இது கடலில் மிக அதிகமாக ஒளிச்சேர்க்கை செய்யும் 'ப்ரோகுளோரோ காக்கஸ்' பாக்டீரியாவின் வளர்ச்சி, ஆக்ஸிஜன் உற்பத்தி செய்யும் திறனைப் பாதிக்கிறது. மேலும் பூமியில் உள்ள ஆக்ஸிஜனின் பெரும்பகுதி கடலில் உள்ள பிளாங்க்டனால் உற்பத்தி செய்யப்படுகிறது. பிளாஸ்டிக் மாசுபாடு, இந்த உயிரினங்களின் வளர்ச்சி, இனப்பெருக்கம் கார்பன் பிடிப்புத் திறனைப் பாதிக்கின்றன. இந்த நுண்ணுயிரிகளின் அழிவு, உணவுச் சங்கிலி, வலையில் பெரும் விளைவுகளை ஏற்படுத்தக்கூடும். உணவு வலை என்பது ஒரு உயிர்ச்சூழலில் வாழும் உயிரினங் களுக்கு இடையேயான 'உணவுத் தொடர்புகளை' விளக்கும் ஓர் அமைப்பு. இதில், ஒவ்வொரு உயிரினமும் மற்றொன்றின் உணவாக இருப்பதாகக் கருதப்படுகிறது. இந்தச் செயல்முறை, வலை போல் பிணைந்திருப்பதால் 'உணவு வலை' என்று அழைக்கப்படுகிறது. நுண்ணுயிரிகள் உணவு வலையின் அடிப்படைக் கட்டமைப்பாகச் செயல்பட்டு, நமது சுற்றுச்சூழல் சமநிலையைப் பாதுகாக்கின்றன. இந்த நுண்ணுயிரிகளின் அழிவு, இயற்கைச் சமநிலையில் பெரிய மாற்றத்தையும், சுற்றுச்சூழலில் பெரும் பாதிப்பையும் ஏற்படுத்தக்கூடும். எனவே பிளாஸ்டிக் கழிவுகளைக் குறைத்து, நுண்ணுயிரி களைப் பாதுகாக்க நாம் அனைவரும் ஒன்றிணைந்து செயல்பட வேண்டிய நேரமிது.

பூமியின் சுற்றுச்சூழலைப் பாதுகாக்கும் ஒரு இனத்தை 'முக்கியச் சிற்றினம்' (கீ ஸ்டோன் ஸ்பீசிஸ்) என்கிறோம். உணவு வலை, சங்கிலியைப் பராமரிக்க, இவை மற்ற

உயிரினங்களுடன் நெருக்கமாகத் தொடர்பு கொண்டுள்ளன. எடுத்துக்காட்டாக, பவளப்பாறைகள். பல கடல்வாழ் உயிரினங்கள் இவற்றை உணவு அல்லது பாதுகாப்புக்காகச் சார்ந்துள்ளன. சில சிற்றினங்கள் இறந்த உயிரினங்களின் சடலங்களைச் சிதைத்து, அவற்றில் உள்ள ஊட்டச்சத்துக்களை மீண்டும் சுழற்சிக்கு உட்படுத்துகின்றன. தமிழ்நாட்டில் உள்ள முக்கியச் சிற்றினங்களாக, சிட்டுக் குருவிகள், நீலகிரி மலைஆடு, சிறுத்தை, மீன் கொத்திப் பறவைகள் உள்ளன. இவை அழிவின் விளிம்பில் உள்ள சிற்றினங்களாகும்.

வளிமண்டலத்தில் பிளாஸ்டிக் மாசுபாட்டின் விளைவுகள்

இதுவரை 9 பில்லியன் டன்களுக்கும் அதிகமான பிளாஸ்டிக் பொருட்கள் உற்பத்தி செய்யப்பட்டுள்ளன. 2025ஆம் ஆண்டுக்குள் 11 பில்லியன் டன் அளவிலான பிளாஸ்டிக் கழிவுகள் சுற்றுச்சூழலில் குவிந்துவிடும் அபாயமும் உள்ளது. வளிமண்டலத்தில் நைட்ரஜன் (78%), ஆக்ஸிஜன் (20.9%), ஆர்கான் (1%), கார்பன் – டை – ஆக்சைடு (0.03%), நீராவி மற்றும் பல்வேறு வாயுக்களும் உள்ளன. தொழில் புரட்சிக்கு முன்னர் வளிமண்டலத்தில் பசுங்குடில் வாயுவான CO_2 இன் செறிவு சுமார் 250 – 320 பிபிஎம் என்ற அளவில்தான் இருந்தது. 2023ஆம் ஆண்டில் வளிமண்டலத்தில் CO_2 இன் அளவு சுமார் 420 பிபிஎம் ஆக உள்ளது. 1 பிபிஎம் (பார்ட்ஸ் பர் மில்லியன்) என்பது 10,00,000 வாயு மூலக்கூறுகளில் 1 CO_2 மூலக்கூறு உள்ளதைக் குறிக்கிறது. காற்று மாசுபாட்டிற்கான ஒரு உதாரணம், வளிமண்டலத்தில் கார்பன் டை ஆக்சைட்டின் (CO_2) செறிவு அதிகரித்து வருவதாகும்.

மௌனா லோவா ஆய்வகம், ஹவாய், யு. எஸ்.

1958ஆம் ஆண்டிலிருந்து, ஹவாய் தீவில் உள்ள மௌனா லோவா ஆய்வகம் வளிமண்டல கார்பன் டை ஆக்சைடை (CO_2) தினமும் அளவிட்டு வருகிறது. கடல் மட்டத்திலிருந்து 3,400 மீட்டர் உயரத்தில் அமைந்துள்ள இந்த ஆய்வகத்தில், 'காற்று மாதிரிகளைச் சேகரித்து விஞ்ஞானிகள் ஆய்வு செய்து வருகிறார்கள். 1958ஆம் ஆண்டில், சராசரி CO_2 செறிவு 315 பிபிஎம் ஆக இருந்தது. 2023 டிசம்பர் நிலவரப்படி சராசரி CO_2 செறிவு 421.8 பிபிஎம். வெறும் 65 ஆண்டுகளில் CO_2 செறிவு 33% அதிகரித்துள்ளது குறிப்பிடத்தக்கதாகும். மௌனா லோவாவிலிருந்து பெறப்படும் தரவுகள் உலகெங்கிலும் உள்ள விஞ்ஞானிகளால் பருவநிலை மாற்றத்தின் காரணங்களைக் கண்டறியவும், அதன் தாக்கங்களைக் குறைக்கவும் பயன்படுத்தப் படுகிறது.

மண்ணில் 45% தாதுக்கள், 5% கரிமப் பொருட்கள், 20–30% நீர், 20–30% காற்று உள்ளது. ஆனால் மனிதனால் உருவாக்கப்பட்ட பிளாஸ்டிக் பொருட்களின் அளவு அதிகரித்து வருவது நில மாசுபாட்டிற்கு ஒரு முக்கியக் காரணமாகும். இந்தப் பிளாஸ்டிக் பொருட்கள் 'அழையா' விருந்தாளியாகும். இன்றுவரை பெரும்பாலான மைக்ரோ பிளாஸ்டிக்ஸ் பற்றிய ஆய்வுகள் நீர், நில சூழலை மையமாகக்கொண்டே இருந்து வந்துள்ளது. சமீபத்தில்தான் காற்றிலும் மைக்ரோ, நானோ பிளாஸ்டிக்ஸ் கலந்து வருவது கண்டறியப்பட்டுள்ளது. இந்தத் துகள்கள், மேகங்கள் உருவாகுவது, ஓசோன் படலம், வளிமண்டலத்தின் வெப்பநிலை, மழைப்பொழிவு, பருவ நிலையைப் பாதிக்கும் திறன் கொண்டவை. வளிமண்டலத்திலுள்ள மைக்ரோ பிளாஸ்டிக் துகள்கள் காற்றின் 'ஓட்டத்தின்' மூலம் தொலைதூரப்

பகுதிகளுக்குக் கொண்டு செல்லப்படலாம். இந்தத் துகள்கள் ஆயிரக்கணக்கான கிலோமீட்டர்கள் பயணிக்கும் திறன்கொண்டவை. இவ்வாறு காற்றில் பரவும் போது நுண்கிருமிகளையும் 'சுமந்து' செல்லக்கூடும். சாலைகளில் செல்லும் வாகனங்களில் உள்ள டயர்களிலிருந்து வளிமண்டலத்தில் கலக்கும் நானோ, மைக்ரோ பிளாஸ்டிக் துகள்கள் எதிர்காலத்தில் பருவநிலையையே மாற்றக்கூடும். சமீபத்திய ஆய்வு, எதிர்காலத்தில் 'பிளாஸ்டிக் துகள் மழை' பொழியக்கூடும் என்று எச்சரித்துள்ளது.

இயற்கைக்கு நாம் இழைத்த துரோகங்கள்

இயற்கைப் பேரழிவு

தற்போது நானோ பிளாஸ்டிக்ஸ் தொடர்பான பதில்களை விட கேள்விகளே அதிகம் உள்ளன. இந்த நுண்துகள்கள் எந்த மாதிரியான விளைவுகளை எதிர்காலத்தில் ஏற்படுத்தும் என்பது தான் நம்முன் இருக்கும் விடை தெரியாத கேள்வி. இதுவரை காற்றில் கலந்துள்ள இந்த நுண்துகள்களால் ஏற்படும் உடல்நல பாதிப்புகள் குறித்து அதிகளவு ஆய்வுகள் செய்யப்பட வில்லை என்பதே உண்மை.

பருவநிலை மாற்றத்தைத் துரிதப்படுத்துவதில் பிளாஸ்டிக்கின் பங்கு

பிளாஸ்டிக்கின் வாழ்க்கைச் சுழற்சி (சுத்திகரித்தல், உற்பத்தி, மறுசுழற்சி, சிதைவு, எரித்தல்) முழுவதும் பசுங்குடில் வாயுக்கள் வெளியேற்றப்பட்டுப் பருவநிலை மாற்றத்தை அதிகரித்து வருகிறது. பிளாஸ்டிக்குகள் பெரும்பாலும் புதைபடிவ எரிபொருட்களிலிருந்தே தயாரிக்கப்படுவதால், பெருமளவு

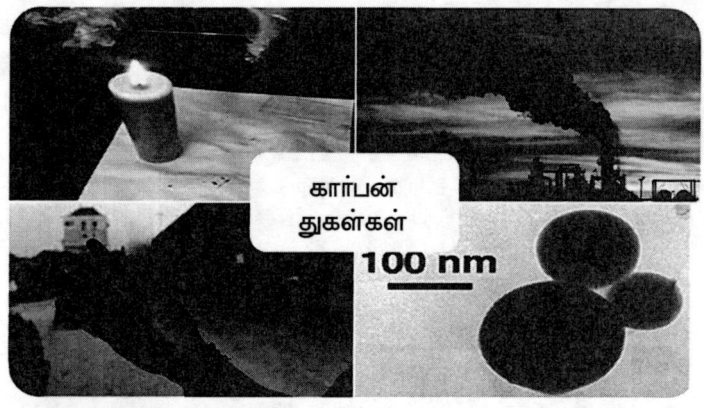

பசுங்குடில் வாயுக்களை வளிமண்டலத்தில் வெளியிடுகின்றன. 2015–2050 இடையில், 56 பில்லியன் டன் பசுங்குடில் வாயுக்கள் பிளாஸ்டிக் உற்பத்தியின் பொழுது வெளியிடப்படலாம் என ஆய்வாளர்கள் எச்சரித்துள்ளனர். 2050இல் பசுங்குடில் வாயுக்களின் உமிழ்வுகள் 2.8 பில்லியன் டன்களாக உயரக்கூடும். சர்வதேச சுற்றுச்சூழல் மையத்தின் அறிக்கை – 2019யின் படி, 2030ஆம் ஆண்டளவில் சுமார் 1.34 பில்லியன் டன்கள்வரை பசுங்குடில் வாயுக்கள் வளிமண்டலத்தில் வெளியேறக்கூடும்.

பிளாஸ்டிக்கை எரிப்பதால் காற்றில் கலக்கும் 'கார்பன் நுண்துகள்கள்' அபாயகரமானதாகும். இவை கார்பன் டை

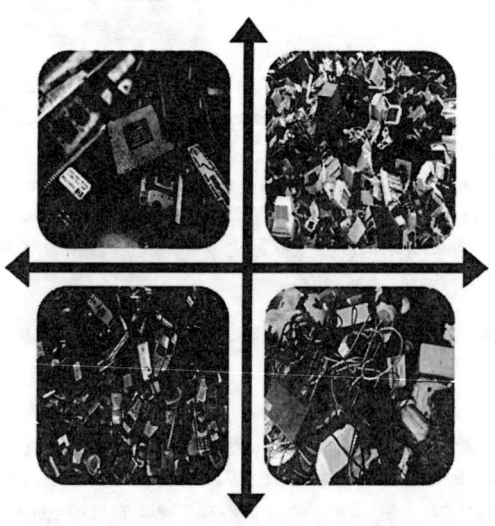

இரா. மகேந்திரன்

ஆக்சைடை விட 5,000 மடங்கு அதிகமாகப் புவி வெப்பமடைதலைத் தூண்டக்கூடியது. இந்தத் துகள்கள் பனிப்பாறைகளில் படிந்து சூரியஒளியை 'கிரகித்து' வெப்பமடைகின்றன. இதனால் ஆர்க்டிக், அண்டார்டிக், இமயமலை, ஆண்டிஸ் பனிப்பாறைகள் அதிவிரைவாக உருகி வருகின்றன. இந்தத் துகள்கள் மேகங்கள் உருவாவதைத் தடுத்து 'மழைப்பொழிவை' பாதிக்கும் திறனையும் கொண்டுள்ளன.

ஐக்கிய அரபு அமீரகத்தில் உள்ள துபாயில், 2023ஆம் ஆண்டு நவம்பர் 30 முதல் டிசம்பர் 12 வரை, காலநிலை மாற்றம் குறித்த ஐ.நா. சபையின் 28 ஆவது உச்சி மாநாடு (COP 28) நடைபெற்றது. COP என்பது காலநிலை மாற்றம் குறித்த ஒப்பந்தத்தில் கையெழுத்திட்ட நாடுகளின் உச்சிமாநாட்டைக் குறிக்கிறது. உலக வெப்பநிலை உயர்வை 1.5°Cக்குள் கட்டுப்படுத்தும் இலக்கை அடைய இந்த மாநாடு உதவும்.

1992ஆம் ஆண்டு நடைபெற்ற பாரீஸ் மாநாட்டில் சுமார் 200 நாடுகளால் ஏற்றுக்கொள்ளப்பட்ட இந்த இலக்கு காலநிலை மாற்றத்தின் தீவிரமான விளைவுகளைத் தவிர்க்க அவசியமானது. இருப்பினும், தற்போதைய பசுங்குடில் வாயுக்களின் உமிழ்வைக் குறைக்காவிட்டால், 2100ஆம் ஆண்டளவில் உலக சராசரி வெப்பநிலை 2.5°C என்ற அளவில் உயரக்கூடும். COP 28இன் முக்கிய குறிக்கோள்களாக உலகளாவிய வெப்பநிலை உயர்வை 1.5°Cக்குள் கட்டுப்படுத்துதல், பசுங்குடில் வாயுக்களின் வெளியேற்றத்தைக் குறைத்தல், வளர்ந்து வரும் நாடுகளுக்குப் பருவநிலை மாற்றத்தால் ஏற்படும் தாக்கங்களை எதிர்கொள்ள உதவுதல் போன்றவை உள்ளன. பெரும்பாலான பிளாஸ்டிக் பொருட்கள் கச்சா எண்ணெயிலிருந்தே தயாரிக்கப்படுகின்றன. பிளாஸ்டிக் உற்பத்தி முதல் கழிவாகும்வரை, பசுங்குடில் வாயுக்களை வளிமண்டலத்தில் உமிழ்கின்றன. இது பருவநிலை மாற்றத்தின் விளைவுகளை அதிகரிக்கிறது. பிளாஸ்டிக் மாசுபாடு 'இயற்கையான' கார்பன் சுழற்சியையும் பாதிக்கிறது. எனவே பிளாஸ்டிக் மாசுபாட்டைக் குறைப்பது காலத்தின் கட்டாயமாகும்.

மின்னணு பிளாஸ்டிக் குப்பைகளால் ஏற்படும் பாதிப்புகள்

தொழில்நுட்ப முன்னேற்றம், மக்கள் தொகைப் பெருக்கம், பொருளாதார வளர்ச்சி காரணமாக மின்சார, மின்னணுச் சாதனங்களின் பயன்பாடு அதிகரித்துவருகிறது. இந்த மின்னணுச் (எலக்ட்ரானிக்) சாதனங்கள் பெரும்பாலும் பிளாஸ்டிக்கினால் தயாரிக்கப்படுகின்றன. 2030க்குள் இந்தியாவில் சுமார் 14 மில்லியன் டன் மின்னணுக் கழிவுகள் உருவாகும். இந்தக் கழிவுகளில் பாதரசம், லித்தியம், ஆஸ்மியம், ஆர்சனிக், குரோமியம், செலினியம், ஈயம், ஆன்டிமனி, காட்மியம் போன்ற நச்சுத்தன்மை வாய்ந்த

உலோகங்கள் உள்ளன. உலகச் சுகாதார அறிக்கை 2021 படி, மின்னணுக் கழிவில் 1,000க்கும் மேற்பட்ட தீங்கு விளைவிக்கும் இரசாயனங்கள் உள்ளன. இந்தக் கழிவில் அக்ரிலோ நைட்ரைல் பியூடாடீன் ஸ்டைரீன், பாலிஸ்டைரீன், பாலிப்ரோப்பிலீன், பாலிகார்பனேட் போன்ற பிளாஸ்டிக்களும் அடங்கும். இந்தியாவில் ஆண்டுதோறும் சுமார் 15 கோடி ஸ்மார்ட்போன்கள், 1.75 கோடி தொலைக்காட்சிப் பெட்டிகள், 2 கோடி ஆடியோ கருவிகள், 1.45 கோடி குளிர்சாதனப் பெட்டிகள், 7 கோடி வாஷிங் மெஷின்கள் விற்பனை செய்யப்படுகின்றன.

அபக்ஷி
மின்னணுக்
கழிவு
மாசுபாடு

முற்றிலும் பயன்படுத்த முடியாத அல்லது உடைந்த எலக்ட்ரானிக் சாதனங்களைக் குப்பைத் தொட்டியில் போடாமல் சான்றளிக்கப்பட்ட மின் – கழிவு மறுசுழற்சி மையத்தில் மறுசுழற்சி செய்ய வேண்டும். இந்தக் கழிவுகளை எரிக்கும்போது டையாக்ஸின்கள், நச்சு வாயுக்கள், நுண்ணிய துகள்கள் வளிமண்டலத்தில் வெளியிடப்படுகின்றன. இந்தக் காற்று மாசுபாடு பல்லுயிரியலைப் பெரிதும் பாதிக்கிறது. உதாரணமாக சீனாவின் குய்யூவில் உள்ள ஒரு முறைசாரா மறுசுழற்சி மையத்தில் ஈயத்தைச் சரிவரப் பிரித்தெடுக்காததால் அங்கு உள்ள நீர்நிலைகள் மண்ணில் அதிக அளவு ஈயம் கலந்து, விலங்குகள் மனிதர்களின் நரம்பு மண்டலத்தைப் பாதித்தது. கானாவிலுள்ள அபக்ஷி போன்ற மற்ற மையங்களிலும் எலக்ட்ரானிக் கழிவுகளை எரிப்பதால் காற்று மாசுபாடு கடுமையாக உள்ளது. எனவே சான்றளிக்கப்பட்ட மின் – கழிவு மறுசுழற்சி மையங்கள் மூலமாக மட்டுமே இந்தக் கழிவுகளை மறுசுழற்சி செய்ய வேண்டும்.

5
பிளாஸ்டிக் மாசுபாட்டிற்கு எதிரான உலகளாவிய நடவடிக்கைகள்

ஐக்கிய நாடுகள் சுற்றுச்சூழல் திட்டம் (யு என் இ பி)

இது ஐக்கிய நாடுகள் அமைப்பின் ஒரு முக்கிய அங்கமாகும். சுற்றுச்சூழல் தொடர்பான பிரச்சினைகளைக் கண்டறிந்து, தீர்வு காண்பதற்காக உலக நாடுகளுக்கு உதவுகிறது. இதன் முக்கிய நோக்கம், எதிர்காலச் சந்ததியினரின் வாழ்க்கைத் தரத்தைப் பாதிக்காமல், நம்முடைய வாழ்க்கைத் தரத்தை மேம்படுத்துவதும் சுற்றுச்சூழலைப் பாதுகாப்பதுமாகும். இதன் தலைமையகம் கென்யாவின் தலைநகரான நைரோபியில் அமைந்துள்ளது. இந்த அமைப்பில் சுமார் 1,000 பணியாளர்கள் பணிபுரிகிறார்கள். யு என் ஈ பி, உலகெங்கிலும் உள்ள பல முக்கியச் சுற்றுச்சூழல் திட்டங்களை மேற்கொண்டு வருகிறது. குறிப்பாக, பருவநிலை மாற்றத் தணிப்பு நடவடிக்கைகள், உணவுப் பாதுகாப்பு, சுகாதாரம், இயற்கை வளங்களைப் பாதுகாத்தல், இரசாயனங்கள் பிளாஸ்டிக் கழிவுகள் மேலாண்மை போன்றவை. யு என் ஈ பி ஒவ்வொரு ஆண்டும் மார்ச் 30 அன்று 'ஜீரோ – வேஸ்ட்' தினத்தைக் கொண்டாடுகிறது. இந்தத் தினத்தின் நோக்கம், நாம் பயன்படுத்தும் பொருட்களை மறுசுழற்சி செய்யக்கூடிய வகையிலும், சுற்றுச்சூழலைப் பாதுகாக்கவும், வட்ட பொருளாதாரம் பற்றிய விழிப்புணர்வை ஏற்படுத்துவதாகும்.

இந்தியாவில், யு என் ஈ பி பல முக்கியமான திட்டங்களை மேற்கொண்டு வருகிறது. குறிப்பாக, பருவநிலை மாற்றத் தணிப்பிற்கான பல்வேறு திட்டங்களை மேற்கொண்டு வருகிறது. இதில் காடுகளைப் பாதுகாத்தல், புதுப்பிக்கத்தக்க ஆற்றல் மூலங்களை ஊக்குவித்தல் ஆகியவை அடங்கும். இது கடல் மாசுபாட்டைக் கண்காணித்தல் அதனைத் தடுப்பதற்கான விழிப்புணர்வை ஏற்படுத்தல் ஆகிய பல்வேறு திட்டங்களை மேற்கொண்டு வருகிறது. 2022ஆம் ஆண்டு பிப்ரவரி 2–3 தேதிகளில் நடைபெற்ற ஐக்கிய நாடுகளின் சுற்றுச்சூழல் சபையில், 'பிளாஸ்டிக் மாசுபாட்டை முடிவுக்குக்கொண்டு வருவது' என்ற முக்கியத் தீர்மானம் நிறைவேற்றப்பட்டது. ஆண்டுதோறும் சுமார் 2.24 பில்லியன் டன் திடக்கழிவுகள் உருவாகும் நிலையில், சுமார் 14 மில்லியன் டன் பிளாஸ்டிக் கழிவுகள் நீர் நிலைகளில் கலப்பது கவலைக்குரியதாகும்.

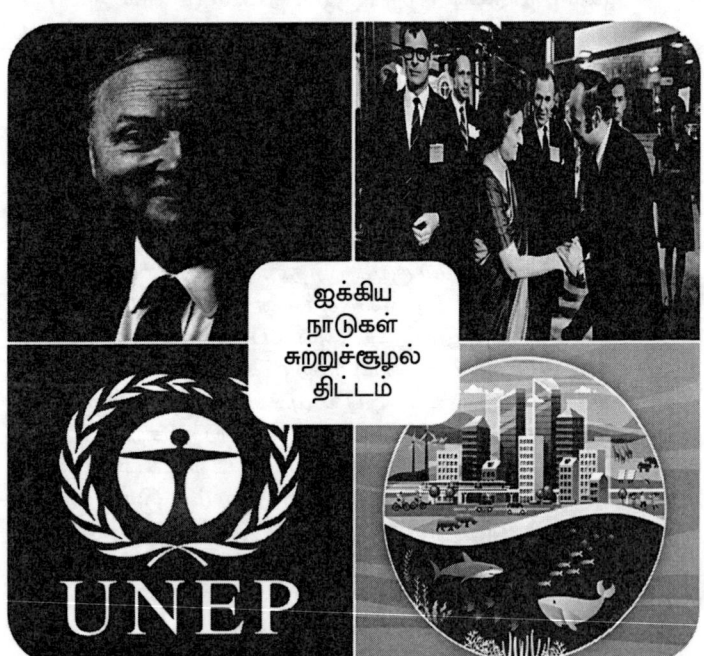

மாரிஸ் ஸ்ட்ராங், முதல் தலைவர்

ஐக்கிய நாடுகளின் சுற்றுச்சூழல் மாநாடு, ஸ்டாக்ஹோம் (1972)

யு என் இ பி, 193 உறுப்பு நாடுகளைக் கொண்டுள்ளது. இது பிளாஸ்டிக் மாசுபாடு குறித்த பல்வேறு அறிக்கைகளை வெளியிட்டு விழிப்புணர்வை ஏற்படுத்தி வருகிறது. சுற்றுச்சூழல்

பாதுகாப்பு, மாசுபாட்டைத் தடுப்பதன் முக்கியத்துவம் பற்றிய விழிப்புணர்வை ஏற்படுத்துவதற்காக, யு என் இ பி ஆண்டுதோறும் ஜூன் 5ஆம் தேதி உலகச் சுற்றுச்சூழல் தினத்தைக் கொண்டாடுகிறது. 1972ஆம் ஆண்டு ஸ்டாக்ஹோமில் நடைபெற்ற ஐக்கிய நாடுகள் மாநாட்டில் உலகச் சுற்றுச்சூழல் தினத்தை ஒவ்வொரு ஆண்டும் ஜூன் 5ஆம் தேதி கொண்டாடு வதற்கான தீர்மானம் நிறைவேற்றப்பட்டது. ஐக்கிய நாடுகள் சபையால் 2015ஆம் ஆண்டில் ஏற்றுக்கொள்ளப்பட்ட 17 நிலையான வளர்ச்சி இலக்குகள் (நிலையான டெவலப்மெண்ட் கோல்ஸ்) என்பது 'நீண்ட கால' வளர்ச்சிக்கான இலக்கு களாகும். இலக்கு–12 என்பது 'நிலையான நுகர்வு, உற்பத்தியை உறுதிப்படுத்துதல்' ஆகும். இந்த இலக்கை அடைவதற்கு, பிளாஸ்டிக் மாசுபாட்டைக் குறைப்பது முக்கியமானது. உலகச் சுற்றுச்சூழல் தினத்தின் முக்கியக் கருப்பொருள், 'மனித குலம் வாழக்கூடிய ஒரே கிரகம் பூமிதான்' என்பதாகும். மனிதர்கள் சுற்றுச்சூழலைப் பாதுகாக்க வேண்டியதன் அவசியத்தை உணர்த்துவதே இதன் நோக்கம். 2023ஆம் ஆண்டு, உலகச் சுற்றுச்சூழல் தினத்தின் 50ஆவது ஆண்டாகும். இந்த ஆண்டின்

கருப்பொருள் 'பிளாஸ்டிக் மாசுபாட்டிற்கான தீர்வுகள்'. பிளாஸ்டிக் மாசுபாட்டை எவ்வாறு குறைக்கலாம் என்பதற்கான தீர்வுகளைக் கண்டறிய மக்களை ஊக்குவிப்பதே இதன் நோக்கம். 2023ஆம் ஆண்டு உலகச் சுற்றுச்சூழல் தினத்தின் ஹோஸ்ட்

மேற்கு ஆப்பிரிக்க நாடான ஐவரிகோஸ்ட் ஆகும். ஐவரி கோஸ்ட்டின் தலைநகரான அபியாவில் இந்தத் தினத்திற்கான கொண்டாட்டங்கள் நடத்தப்பட்டன. இந்தத் தினத்தைக் கொண்டாட உலகம் முழுவதும் கருத்தரங்குகள், மாநாடுகள், விழிப்புணர்வுப் பிரச்சாரங்கள் போன்ற பல்வேறு நிகழ்ச்சிகள் நடத்தப்பட்டன.

உலகளாவிய பிளாஸ்டிக் தடை

இது உலகெங்கிலும் பிளாஸ்டிக் பயன்பாட்டை முற்றிலும் தடை செய்வதாகும். இது மிகக்கடினமான பணி என்றாலும், பிளாஸ்டிக் மாசுபாட்டை முடிவுக்குக் கொண்டுவருவதற்கான முக்கியப் படியாகும். உலகிலுள்ள மக்கள் அனைவரும் பிளாஸ்டிக் பொருட்கள் பயன்படுத்துவதை நிறுத்தினால் உலகளாவிய பிளாஸ்டிக் தடை சாத்தியமே. பிளாஸ்டிக் பொருட்களின் தேவை குறைந்தால் பிளாஸ்டிக் உற்பத்தி குறையும். பிளாஸ்டிக் உற்பத்தி குறைந்தால், பிளாஸ்டிக் கழிவுகள் குறையும். பிளாஸ்டிக் பொருட்கள் கச்சா எண்ணெயிலிருந்தே தயாரிக்கப்படுகிறது. இதே நிலை தொடர்ந்தால், 2050ஆம் ஆண்டில், உலகின் 20% கச்சா எண்ணெய் பிளாஸ்டிக் உற்பத்திக்குப் பயன்படுத்தப்படக்கூடும் என்று ஐ நா சபை எச்சரித்துள்ளது.

இன்று உலகில் உள்ள மொத்தப் பிளாஸ்டிக்கில் 'பாதி' கடந்த 15 ஆண்டுகளில் தயாரிக்கப்பட்டது. 2050இல் உற்பத்தி செய்யப்போகும் பிளாஸ்டிக்கின் அளவு, 2015இல் உற்பத்தி செய்யப்பட்டதைவிட 3.5 மடங்கு அதிகமாக இருக்கக்கூடும். பிரிட்டனில் ஒவ்வொரு ஆண்டும் 8 பில்லியன் பிளாஸ்டிக் பைகளை மக்கள் பயன்படுத்துகிறார்கள். உலகம் முழுவதும், ஒவ்வொரு நிமிடமும் சுமார் 2 மில்லியன் பிளாஸ்டிக் பைகள் பயன்படுத்தப்படுகின்றன. ஈகோ வாட்ச் அறிக்கையின்படி, ஆண்டுதோறும் சுமார் 500 பில்லியன் பிளாஸ்டிக் பைகள் உலகளவில் பயன்படுத்தப்படுகின்றன. ஒற்றைப் பயன்பாட்டுப் பிளாஸ்டிக் பைகள் மீதான தடை, பயனுள்ளதாக இருக்கும் என நிரூபிக்கப்பட்டுள்ளது. எடுத்துக்காட்டாக, இங்கிலாந்தில், 2015இல் அறிமுகப்படுத்தப்பட்ட 5p பிளாஸ்டிக் பையின் அதிக விலையால், அதன் பயன்பாடு 83% வரை குறைந்தது. ஒற்றைப் பயன்பாட்டுப் பிளாஸ்டிக் பொருட்கள் என்பது ஒரு முறை மட்டுமே பயன்படுத்தப்படும் பிளாஸ்டிக் பொருட்கள் ஆகும். இவை பொதுவாக உணவு, பானங்களை பேக்கேஜிங் செய்யப் பயன்படுகின்றன. கென்யாவில், 2017ஆம் ஆண்டில் பிளாஸ்டிக் பைகளுக்கு எதிரான உலகின் மிகக் கடுமையான

சட்டம் கொண்டுவரப்பட்டது. இந்தச் சட்டத்தின்படி, தடை செய்யப்பட்ட பிளாஸ்டிக் பைகளை உற்பத்தி செய்வோர், விற்பனை செய்வோர் அல்லது பயன்படுத்துவோருக்கு நான்கு ஆண்டுகள் வரை சிறைத்தண்டனை/யு எஸ் $40,000 அபராதம் விதிக்கப்பட்டது. இந்தச் சட்டம் அமல்படுத்தப்பட்ட பிறகு கென்யாவில் பிளாஸ்டிக் பைகளின் பயன்பாடு கணிசமாகக் குறைந்தது. உலக நாடுகள் அனைத்தும் பிளாஸ்டிக் மாசுபாட்டைக் குறைக்க முயற்சிக்கின்றன. இந்த முயற்சிகள் வெற்றிபெற பொதுமக்களின் ஒத்துழைப்பு மிக அவசியம்.

பிளாஸ்டிக் மாசுபாட்டைக் குறைக்க, பல நாடுகள் பின்வரும் நடவடிக்கைகளை எடுத்து வருகின்றன:

➢ **பிளாஸ்டிக் பயன்பாட்டைக் குறைத்தல்**: பல நாடுகள் பிளாஸ்டிக் பைகள், பிளாஸ்டிக் குச்சிகள் ஒற்றைப் பயன்பாட்டுப் பிளாஸ்டிக் பொருட்களின் பயன்பாட்டைத் தடை செய்துள்ளன.

➢ **மட்கும் பிளாஸ்டிக்கைப் பயன்படுத்துதல்**: மட்கும் பிளாஸ்டிக் என்பது இயற்கையில் சிதைவடையக்கூடிய பிளாஸ்டிக் ஆகும். இவை கரிமப்பொருட்களிலிருந்து தயாரிக்கப் படுகிறது. அவை நொதித்தல்/பிற உயிரியல் செயல்முறைகளின் மூலம் சிதைவடைகின்றன. இது பிளாஸ்டிக் மாசுபாட்டைக் குறைப்பதற்கான சிறந்த வழியாகும்.

➢ **பிளாஸ்டிக் மாசுபாட்டின் தாக்கங்கள் குறித்து விழிப்புணர்வை ஏற்படுத்துதல்**: அரசு, அரசு சாரா அமைப்புகள் (என் ஜி ஓ) பிளாஸ்டிக் மாசுபாட்டின் தாக்கங்கள் குறித்து நுகர்வோர் மத்தியில் விழிப்புணர்வை ஏற்படுத்துவதற்கான பிரச்சாரங்களை மேற்கொள்வது.

➢ **மறுபயன்பாட்டுப் பைகள், தண்ணீர் பாட்டில்களைப் பயன்படுத்துதல்**: மறுபயன்பாட்டுப் பைகள், தண்ணீர் பாட்டில் களைப் பயன்படுத்துவதன் மூலம் பிளாஸ்டிக் பயன்பாட்டைக் குறைக்கலாம்.

➢ **மறுசுழற்சி உள்கட்டமைப்பை மேம்படுத்துதல்**: பல நாடுகள் பிளாஸ்டிக் மறுசுழற்சி உள்கட்டமைப்பை மேம்படுத்து வதற்கான நடவடிக்கைகளை எடுத்து வருகின்றன. இதன் மூலம் பிளாஸ்டிக் கழிவுகளைத் திறம்பட மறுசுழற்சி செய்ய முடியும்.

இந்த அவசரகால சுற்றுச்சூழல் நெருக்கடியைத் தீர்க்க நாம் செய்ய/கடைபிடிக்க வேண்டியவைகள் ஏராளம். நார்வே நாடு, 97% பிளாஸ்டிக் பாட்டில்களை மறுசுழற்சி செய்து வருவது குறிப்பிடத்தக்கதாகும்.

இந்தியாவில் பிளாஸ்டிக் தடை

இந்தியாவில் பெருமளவு பிளாஸ்டிக் உற்பத்தி 1950களில் தான் தொடங்கியது. அதற்கு முன்பு, பிளாஸ்டிக் உற்பத்தி மிகக் குறைவாகவே இருந்தது. 1990ஆம் ஆண்டில், இந்தியாவில் பிளாஸ்டிக் உற்பத்தி 0.9 டன்னாக மட்டுமே இருந்தது. 2018ஆம் ஆண்டில், இந்தியாவில் பிளாஸ்டிக் உற்பத்தி 18.45 டன்னாக உயர்ந்தது. இது 20 மடங்கு அதிகரிப்பு ஆகும். இந்திய அரசு பிளாஸ்டிக் கழிவு மேலாண்மை விதிகளை 2016இல் வெளியிட்டது. இந்த விதிகளின் முக்கிய நோக்கம் பிளாஸ்டிக் கழிவுகளைக் குறைத்து, சுற்றுச்சூழல் மாசுபாட்டைத் தடுப்பதாகும். இந்த விதிகளை வெளியிட்ட பிறகு இந்திய அரசு ஐந்து முறை அவற்றில் திருத்தங்களைச் செய்துள்ளது.

மார்ச் 2018: பிளாஸ்டிக் பைகள் உற்பத்தி விற்பனைக்குத் தடை விதிக்கப்பட்டது. ஒற்றைப் பயன்பாட்டுப் பிளாஸ்டிக் பொருட்களின் பயன்பாட்டைக் குறைக்க நடவடிக்கைகள் எடுக்கப்பட வேண்டும் என வழியுறுத்தியது. பிளாஸ்டிக் கழிவுகளைச் சேகரித்து, மறுசுழற்சி செய்வதற்குத் தேவையான வசதிகளை மேம்படுத்த வேண்டும் என வழியுறுத்தியது.

ஆகஸ்ட் 2021: 50 மைக்ரான் அளவுக்குக் குறைவான பிளாஸ்டிக் பைகள் உற்பத்தி விற்பனைக்குத் தடை விதித்தது. பிளாஸ்டிக் கழிவுகளைச் சேகரித்து, மறுசுழற்சி செய்வதற்கான வசதிகளை மேம்படுத்த தேசியத் திட்டம் தொடங்கப்பட்டது.

செப்டம்பர் 2021: 75 மைக்ரான் அளவுக்குக் குறைவான பிளாஸ்டிக் கப், டம்ளர், ஸ்ட்ரா, பாட்டில் போன்ற ஒற்றைப் பயன்பாட்டுப் பிளாஸ்டிக் பொருட்களின் பயன்பாட்டைக் குறைக்க நடவடிக்கை எடுக்கப்பட்டது. பிளாஸ்டிக் கழிவுகளைச் சேகரிப்பதற்கும், மறுசுழற்சி செய்வதற்கும் தேவையான வசதிகளை மேம்படுத்த நிதி ஒதுக்கீடும் செய்யப்பட்டது.

பிப்ரவரி 2022: 120 மைக்ரான் அளவுக்குக் குறைவான பிளாஸ்டிக் பைகள் உற்பத்தி விற்பனைக்குத் தடை விதிக்கப் பட்டது.

ஜூலை 2022: பிளாஸ்டிக் பொருட்களை உற்பத்தி செய்யும் தொழிற்சாலைகள், இதன் கழிவுகளைச் சேகரிப்பதற்கும், மறுசுழற்சி செய்வதற்கும் பொறுப்பேற்க வேண்டும் என வழியுறுத்தியது.

மத்திய அரசு விதித்துள்ள இந்த விதிகளை மீறுவது சட்டவிரோதமானது மற்றும் தண்டனைக்குரியது. 1986ஆம்

இரா. மகேந்திரன்

ஆண்டின் சுற்றுச்சூழல் பாதுகாப்புச் சட்டத்தின்படி, விதிகளை மீறியவர்களுக்கு 5 ஆண்டுகள் சிறைத் தண்டனை அல்லது ஒரு லட்சம் ரூபாய் அபராதம் அல்லது இரண்டுமே விதிக்கப் படலாம். 2019–20ஆம் ஆண்டில் இந்தியாவில் உற்பத்தி செய்யப்பட்ட பிளாஸ்டிக் கழிவுகளின் மொத்த அளவு, 34,69,780 டன்கள் ஆகும். இது 2018–19ஆம் ஆண்டை விட 11.9 சதவீதம் அதிகம் ஆகும். இந்தியாவில் உருவாகும் பிளாஸ்டிக் கழிவுகளில் 40% தெருக்களில் 'குப்பையாகவே' உள்ளது. மத்திய மாசுக் கட்டுப்பாட்டு வாரியத்தின் அறிக்கை – 2019படி, இந்தியாவில் ஒரு நாளைக்கு 25,940 டன் பிளாஸ்டிக் கழிவுகள் உருவாகின்றன. இதில், 60 முக்கிய நகரங்களில் நாளொன்றுக்கு 4,059 டன் பிளாஸ்டிக் கழிவுகள் உற்பத்தியாகின்றன. பிளாஸ்டிக் உற்பத்தி கடந்த ஐந்து ஆண்டுகளில் அதிகரித்துள்ளது. 2014–15இல் 1,591 மில்லியன் மெட்ரிக் டன்னிலிருந்து 2017–18இல் 1,719 மில்லியன் மெட்ரிக் டன்னாக அதிகரித்துள்ளது. இருப்பினும், 2018–19ஆம் ஆண்டிற்கான உற்பத்தி 1,589 மில்லியன் மெட்ரிக் டன்களாகவும் குறைந்தது குறிப்பிடத்தக்கது.

பைகள், கப்புகள், தட்டுகள், ஸ்ட்ராக்கள் போன்ற ஒற்றைப் பயன்பாட்டுப் பிளாஸ்டிக் பொருட்களை உற்பத்தி செய்யவும் விற்பனை செய்யவும் பயன்படுத்தவும் இந்தியாவில் பல மாநிலங்களில் தடை விதிக்கப்பட்டுள்ளது. தற்போது, இந்தியாவில் உள்ள 18 மாநிலங்கள், யூனியன் பிரதேசங்கள் ஒற்றைப் பயன்பாட்டுப் பிளாஸ்டிக் கேரி – பேக்குகள், பொருட்களுக்கு முழுமையாகத் தடை விதித்துள்ளன. இந்திய பிளாஸ்டிக் அறிக்கை – 2019படி, இந்தியாவில் மொத்த பிளாஸ்டிக் பயன்பாட்டில் 32.7% ஒற்றைப் பயன்பாட்டுப் பிளாஸ்டிக்குகள் ஆகும். பிளாஸ்டிக் பைகள், ஒற்றைப் பயன்பாட்டுப் பிளாஸ்டிக் பாட்டில்களைத் தடை செய்த முதல் மாநிலம் சிக்கிம்.

பெருகிவரும் மக்கள்தொகை, நகரமயமாக்கல், மாறிவரும் வாழ்க்கை முறை, மக்களிடம் பிளாஸ்டிக் மாசுபாடு பற்றிய விழிப்புணர்வு இல்லாமை போன்றவையே பிளாஸ்டிக் கழிவுகளின் தவறான மேலாண்மைக்குக் காரணமாகிறது. யுஎன்இபி அறிக்கையின் படி, தெற்காசியக் கடல்களில் நாள்தோறும் சுமார் 15,300 டன் பிளாஸ்டிக் கழிவுகள் கலந்து வருகின்றன. இந்தியாவின் பிளாஸ்டிக் மறுசுழற்சி மார்க்கெட், 2022இல் 8.9 மில்லியன் டன்களை எட்டியது. இது 2028க்குள் 18.5 மில்லியன் டன்களை எட்டக்கூடும். இந்திய அரசாங்கம் 'ஸ்வச் பாரத் அபியான்' என்ற தேசிய தூய்மைப் பிரச்சாரத்தைத் தொடங்கியது. பிளாஸ்டிக் கழிவுகளைச் சேகரித்து, மறுசுழற்சி

செய்வது இதன் முக்கியக் குறிக்கோளாகும். 2018இல் யு என் இ பி யால் தொடங்கப்பட்ட 'பீட் பிளாஸ்டிக் பொல்யுஷன்' பிரச்சாரத்தை இந்திய அரசு முன்னெடுத்து பிளாஸ்டிக் மாசுபாடு குறித்த விழிப்புணர்வை ஏற்படுத்தி வருகிறது. கிராமப்புறங்களில் பிளாஸ்டிக் மாசுபாட்டைக் குறைப்பது மிகவும் முக்கியம். ஏனெனில், கிராமப்புறங்களில் இந்தக் கழிவுகள் பெரும்பாலும் முறையாக அகற்றப்படாமல் சுற்றுச்சூழலுக்குப் பெரும் ஆபத்தை விளைவித்து வருகின்றன.

இந்தியா பல்வேறு விழிப்புணர்வுப் பிரச்சாரங்களை மேற்கொண்டு வருகிறது. இதன் நோக்கம், மக்களிடையே பிளாஸ்டிக் மாசுபாட்டின் விளைவுகள் குறித்த விழிப்புணர்வை ஏற்படுத்தவும், பிளாஸ்டிக்கிற்கு மாற்றாக மட்கும் பொருட்களைப் பயன்படுத்தவும் மக்களை ஊக்குவிப்பதாகும். தொலைக்காட்சி, வானொலி, பத்திரிகை, இணையம் போன்ற ஊடகங்கள் மூலமும், பள்ளிகள், கல்லூரிகள் போன்ற கல்வி நிறுவனங்களிலும் இசை நிகழ்ச்சிகள், கலை மற்றும் கலாச்சார நிகழ்வுகளின் மூலமும் பிளாஸ்டிக் மாசுபாட்டின் தீமைகள் குறித்த விழிப்புணர்வுப் பிரச்சாரங்கள் மேற்கொள்ளப்படு கின்றன. இதனால் மக்களிடையே இம்மாசுபாட்டின் தீமைகள் குறித்த விழிப்புணர்வு அதிகரித்து வருகிறது. பலர் பிளாஸ்டிக்கிற்கு மாற்றாக மட்கும் பொருட்களைப் பயன்படுத்த ஆரம்பித் துள்ளனர். இந்திய அரசும், தனியார் நிறுவனங்களும் தன்னார்வத் தொண்டர்களும் சமூக ஆர்வலர்களும் பிளாஸ்டிக் கழிவுகளை அகற்றும் பணியைச் செய்து வருகிறார்கள். இம்மாசுபாட்டை முழுமையாக ஒழிக்க, அரசு, தனியார் நிறுவனங்கள், பொதுமக்கள் இணைந்து செயல்பட வேண்டும்.

தமிழகத்தில் பிளாஸ்டிக் தடை

தமிழக அரசு, 01–01–2019 அன்று, 14 வகையான ஒற்றைப் பயன்பாட்டுப் பிளாஸ்டிக் பொருட்கள் மீதான தடையைக் கொண்டுவந்தது. 2015இல் சென்னைப் பெருவெள்ளத்தில் பிளாஸ்டிக் பொருட்கள் உள்ளிட்ட சுமார் 1,00,000 டன் எடையுள்ள குப்பைகள் வங்கக் கடலில் கலந்து பெரும் மாசுபாட்டை ஏற்படுத்தியது. 2019–20இல் தமிழகத்தில் உருவான பிளாஸ்டிக் கழிவுகளின் எடை 4,31,472 டன்கள். 2023இல் சென்னையில் ஏற்பட்ட வெள்ளம் பேரழிவை ஏற்படுத்தியது. பிளாஸ்டிக் குப்பைகளால் வடிகால் அமைப்புகளில் 'அடைப்பு' ஏற்பட்டிருந்ததும் வெள்ளத்தின் தீவிரத்திற்கான 'காரணிகளில்' ஒன்றாகும். இந்த பிளாஸ்டிக் கழிவுகள் வடிகால் அமைப்பை அடைத்து, நீரோட்டதைத் தடுக்கிறது. இதனால் கனமழையின்

போது அடைபட்டுள்ள வடிகால்களில், நீரின் அளவு அதிகரித்து வெள்ளப்பெருக்கு ஏற்படுகிறது. சென்னை – 2023 வெள்ளம் பிளாஸ்டிக் மாசுபாட்டின் விளைவுகளை எடுத்துக் காட்டி யுள்ளது. பிளாஸ்டிக் குப்பைகளால் வடிகால்களில் அடைப்பு ஏற்படாமல் தடுப்பது நமது தலையாய கடமையாகும். இந்த நடவடிக்கைகளை மேற்கொள்வதன் மூலம், சென்னை – 2023 வெள்ளம் போன்ற வெள்ளப் பேரிடர் மீண்டும் நிகழாமல் தடுக்க முடியும்.

பருவநிலை மாற்றம் 'நீர் சுழற்சியைத்' தீவிரப்படுத்துகிறது. இதனால், 2023ஆம் ஆண்டு தமிழகத்தின் பல பகுதிகளில் அதிக தீவிர மழைப்பொழிவும், வெள்ளமும் ஏற்பட்டது. பருவநிலை மாற்றம் காரணமாக, பனிப்பாறைகள், பனிக்கட்டிகள் உருகி கடலில் கலக்கின்றன. இது கடல் மட்டத்தை உயர்த்துகிறது. இம்மாற்றத்தால், கடல் நீரின் வெப்பநிலையும் அதிகரித்து வருகிறது. கடல் மட்டம் உயர்வதால், கடலோரப் பகுதிகள் வெள்ளத்தால் பாதிக்கப்பட அதிக வாய்ப்பும் உள்ளது. இதனால் கடலோரப் பகுதிகள் கடல் நீரால் மூழ்கக்கூடும். பருவநிலை மாற்றம் உலகளாவிய மழைப்பொழிவு முறைகளையும் மாற்றுகிறது. இது தீவிரமான புயல்களை உருவாக்குகிறது. இதன் விளைவாக, புயல்களின்போது அதிக மழைப்பொழிவு ஏற்படுகிறது.

ஜனவரி 2019 முதல் மே 2022வரை, தமிழகத்திலுள்ள கடைகளில் சுமார் 1,742 டன் எடையுள்ள ஒற்றைப் பயன்பாட்டுப் பிளாஸ்டிக் பொருட்கள் பறிமுதல் செய்யப்பட்டது. தடையை மீறியவர்களுக்கு 11.42 கோடி ரூபாய் அபராதமும் விதிக்கப்பட்டது. 23–12–2021 அன்று, பிளாஸ்டிக் பைகளுக்கு மாற்றாக மஞ்சப்பையைப் பயன்படுத்த வேண்டுமென்று 'மீண்டும் மஞ்சப்பை' என்ற இயக்கத்தைத் தமிழக அரசு தொடங்கியது. இந்நிகழ்வில் பேசிய மாண்புமிகு தமிழக முதல்வர் அரசு மட்டுமே பிளாஸ்டிக் பொருட்களின் மீதான தடையைச் செயல்படுத்த முடியாது, மக்களும் இணைந்து செலயல்பட வேண்டும் என்று வலியுறுத்தினார். 'பிளாஸ்டிக் பொருட்களை மக்கள் நிராகரிக்க வேண்டும். மக்கள் ஒத்துழைத்தால்தான் மாற்றத்தை உடனடியாகக் கொண்டு வர முடியும்' என்று கூறினார்.

பிளாஸ்டிக் கழிவு மேலாண்மையை மேம்படுத்தும் நோக்கில் பல விதிகளையும், கழிவுகளை மறுசுழற்சி செய்வதை ஊக்குவிக்கும் நோக்கில் பல திட்டங்களையும் தமிழக அரசு அமல்படுத்தியுள்ளது. எடுத்துக்காட்டாக, பல்வேறு இடங்களில் பிளாஸ்டிக் மறுசுழற்சி மையங்களை அமைத்துள்ளது. மறுசுழற்சி

மையங்களை அமைப்பதற்கு நகராட்சிகளுக்கு நிதியுதவியும் வழங்குகிறது. உள்ளாட்சி அமைப்புகளும் பிளாஸ்டிக் கழிவுகளைச் சேகரிக்கும் தொட்டிகளை அமைத்துள்ளன. நீலகிரியில் சுற்றுலாப் பயணிகள், பொதுமக்கள் பிளாஸ்டிக் பாட்டில்களை 'பிளாஸ்டிக் கிரஷர்' இயந்திரத்தில் செலுத்தி, 5 ரூபாய் பெறலாம் என்று அறிவிக்கப்பட்டுள்ளது. பிளாஸ்டிக் பயன்பாட்டைக் குறைத்து, மறுசுழற்சி செய்வதை ஊக்குவிக்கும் நோக்கில் விழிப்புணர்வுப் பிரச்சாரங்களைத் தொடங்கியுள்ளது. எடுத்துக்காட்டாக, 'நோ பிளாஸ்டிக் – நோ பொல்யுஷன்' பிரச்சாரம் 2018இல் தொடங்கப்பட்டது. குறிப்பாக இது கிராமப்புறங்களில் பிளாஸ்டிக் மாசுபாடு பற்றிய விழிப்புணர்வை ஏற்படுத்தி வருகிறது.

தமிழக அரசால் தடை செய்யப்பட்ட முக்கியப் பிளாஸ்டிக் பொருட்கள்

6

பிளாஸ்டிக் மாசுபாட்டிற்கான தீர்வுகள்

பிளாஸ்டிக் மறுசுழற்சி

1950 முதல் 2021வரை, சுமார் 9.4 பில்லியன் டன் பிளாஸ்டிக் பொருட்கள் உற்பத்தி செய்யப்பட்டுள்ளன. உலகம் முழுவதும் ஒவ்வொரு நிமிடமும் சுமார் 10,00,000 பிளாஸ்டிக் பாட்டில்கள் பயன்படுத்தப்படுகின்றன. ஆனால் இதுவரை உலகளவில் உண்டான பிளாஸ்டிக் கழிவுகளில் 10 சதவீதத்திற்கும் குறைவாகவே மறுசுழற்சி செய்யப்பட்டுள்ளது. 1000 கிலோ பிளாஸ்டிக் பொருட்கள் மறுசுழற்சி செய்யப்பட்டால், 5,774 கிலோ வாட் மின்சாரமும், 2600 லிட்டர் கச்சா எண்ணெயும் சேமிக்கப்படுகிறது. பெரும்பாலும், பிளாஸ்டிக் கழிவுகள் ஆக்ஸிஜன் இல்லாத சூழலில் எரிக்கப்பட்டும், நிலத்தில் புதைக்கப்பட்டும் வருகின்றன. இது பல சுற்றுச்சூழல், சுகாதார பிரச்சனைகளுக்கு வழிவகுக்கும். இதற்காக ஆண்டுதோறும் உலகளவில் யு எஸ் $ 80–120 பில்லியன் டாலர்கள் செலவிடப்படுகின்றன. நிலத்தில் பிளாஸ்டிக் கழிவுகளை 'டம்ப்' செய்வதால், நிலத்தடி நீரும் மண்ணும் மாசுபடுகிறது. இந்தக் கழிவுகளில் உள்ள நச்சுப்பொருட்கள் தாவரங்கள், விலங்குகளுக்குக் கேடு விளைவிக்கும். 2022ஆம் ஆண்டுவரை உற்பத்தி செய்யப்பட்ட 7 பில்லியன் டன் பிளாஸ்டிக்கில் சுமார் 9% மட்டுமே இந்தியாவில் மறுசுழற்சி செய்யப்பட்டது.

இரா. மகேந்திரன்

தற்போதுள்ள கழிவு மேலாண்மைக்கு நாம் உற்பத்தி செய்யும் பிளாஸ்டிக் கழிவை மறுசுழற்சி செய்யப் போதுமான 'திறன்' இல்லை என்பதே உண்மை. ஏனென்றால், நாம் உற்பத்தி செய்யும் பிளாஸ்டிக் பொருட்களின் அளவோடு ஒப்பிடும் பொழுது, மிகக் குறைந்த அளவே கழிவு மேலாண்மை உபகரணங்கள் உள்ளன. இதன் விளைவாகச் சுற்றுச்சூழலில் பிளாஸ்டிக் மாசுபாடு கட்டுப்படுத்த முடியாத அளவிற்கு அதிகரித்து வருகிறது.

ஆய்வாளர்கள் பிளாஸ்டிக் கழிவுகளைச் சோளச் செடியின் கழிவுகளுடன் சேர்த்து, அதிவெப்பநிலையில் வெப்பப்படுத்தி, நுண்துளைகள் கொண்ட கார்பனாக மாற்றினர். ஒரு கிராம் எடையுள்ள இந்தக் கார்பன் சுமார் 400 சதுர மீட்டர் பரப்பளவுள்ள

துளைகளைக் கொண்டிருந்தது. இந்தக் கார்பனை மண்ணில் கலப்பதன் மூலம் மண்ணின் வளம், நீரைத் தக்கவைக்கும் திறன், காற்றோட்டம் மேம்படும். இதனால் விளைச்சல் அதிகரிக்கும் பிளாஸ்டிக் மாசுபாடும் குறையும். சமீபத்தில் பிளாஸ்டிக் பாட்டில் துண்டுகளைக் கான்கிரீட் கலவையில் கலந்து, 20% அதிக வலிமையுள்ள கான்கிரீட்டை ஆய்வாளர்கள் உருவாக்கியுள்ளனர். இந்தக் கான்கிரீட் விலை மலிவானதாகும். மண்ணில் எளிதாக மட்கும், உரமாகும் பயோ பிளாஸ்டிக்குகளையும் நாம் உருவாக்கி வருகிறோம். இந்தப் பிளாஸ்டிக்குகள் கார்போஹைட்ரேட், செல்லுலோஸ் போன்றவைகளிலிருந்து தயாரிக்கப்படுகின்றன. இது பிளாஸ்டிக் உற்பத்தியின் பொழுது உண்டாகும் 'கார்பன் தடயத்தைப்' பெருமளவு குறைக்க உதவும்.

பிளாஸ்டிக் கழிவுகளை எரிபொருளாக மாற்றுதல்

*2023*இல், விஞ்ஞானிகள் சூரிய ஆற்றலைப் பயன்படுத்தி பிளாஸ்டிக் கழிவுகளைக் 'கிளைகாலிக் அமிலமாக' மாற்றினர். இந்த அமிலம் தோல் நோய்களுக்குச் சிகிச்சையளிக்கவும், கிருமி நாசினியாகவும் பயன்படுத்தப்படுகிறது. சமீபத்தில் ஆய்வாளர்கள் மறுசுழற்சி செய்ய முடியாத கடினமான பிளாஸ்டிக் கழிவுகளை அதிவெப்பச் சிதைவு (பைரோலிசிஸ்) மூலம் எரிபொருளாக மாற்றியுள்ளனர். பைரோலிசிஸ் என்பது வினையூக்கி, அதிவெப்பநிலை, ஆக்ஸிஜன் இல்லாத சூழலில் பிளாஸ்டிக்கைச் 'சிதைக்கும்' செயல்முறையாகும். பிளாஸ்டிக் அப்சைக்ளிங் மூலம், பிளாஸ்டிக் கழிவுகளைச் சிதைத்து திரவ, வாயு எரிபொருட்களையும் உருவாக்கியுள்ளனர். இந்தத் திரவ எரிபொருளை பெட்ரோலில் கலந்து பயன்படுத்தலாம். இந்தச்

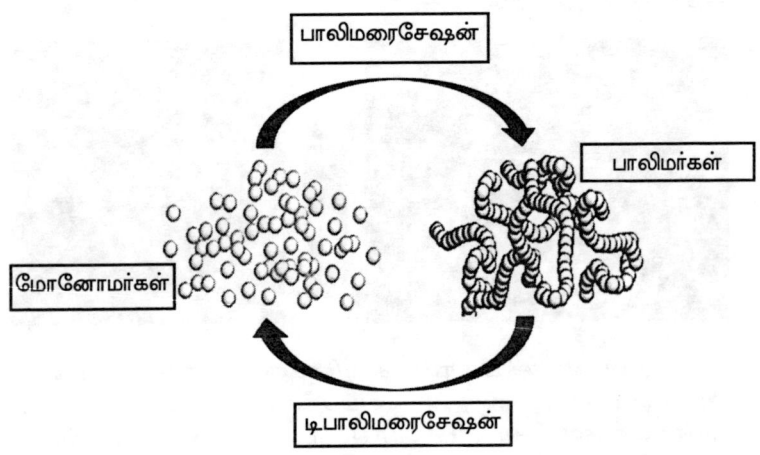

செயல்முறை பிளாஸ்டிக்கில் உள்ள பெரிய மூலக்கூறுகளைச் சிறிய மூலக்கூறுகளாக உடைத்து, எரிபொருளாக மாற்றுகிறது.

தெர்மோசெட்டிங் பிளாஸ்டிக்கின் நீண்ட மூலக்கூறுகள் வலிமையான கார்பன் பிணைப்புகளால் இணைக்கப்பட்டுள்ளன. உலகின் முதலிடத்தில் உள்ள கல்வி நிறுவனமான, அமெரிக்காவின் எம் ஐ டி ஆராய்ச்சியாளர்கள் விலை குறைந்த கோபால்ட் நானோ துகள்கள் ஜியோலைட் வினையூக்கியைப் பயன்படுத்தி, பாலித்தீன் பாலிப்ரோப்பிலீன் பிளாஸ்டிக்குகளைச் சிதைத்து 'புரொப்பேன்' என்ற எரிபொருளாக மாற்றினர். இந்த புரொப்பேன் வாகனங்களுக்கு எரிபொருளாகவும், புதிய பிளாஸ்டிக் பொருட்களைத் தயாரிக்கவும் பயன்படுத்தப்படுகிறது.

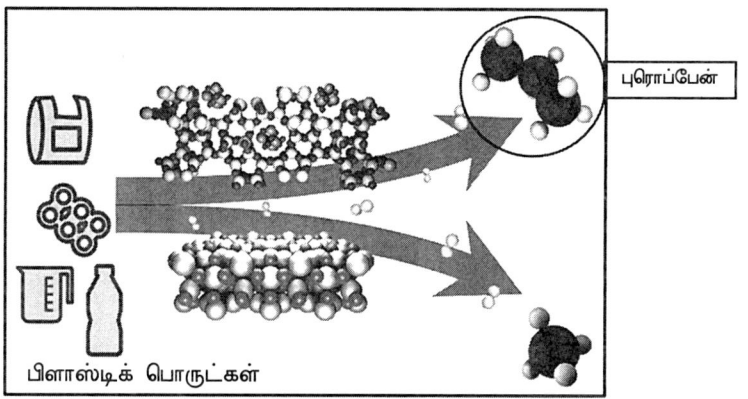

பயோபிளாஸ்டிக்

உயிரி பிளாஸ்டிக் என அழைக்கப்படும் பயோபிளாஸ்டிக்ஸ், தாவரங்கள், பாக்டீரியாக்கள் போன்ற புதுப்பிக்கத்தக்க மூலங்களிலிருந்து தயாரிக்கப்படுபவை. புதைபடிவ எரிபொருட்களிலிருந்து தயாரிக்கப்படும் பிளாஸ்டிக்குகள் போலல்லாமல், புதுப்பிக்கத்தக்க வளங்களைப் பயன்படுத்து வதால் சுற்றுச்சூழலில் இவை பெரியளவில் மாசுபாட்டை ஏற்படுத்துவதில்லை. 1970களில், செயற்கை பிளாஸ்டிக் மாசுபாட்டின் விளைவுகள் தெளிவாகத் தெரியத் தொடங்கிய போது, பெட்ரோலியம் சார்ந்த பொருட்களுக்கு மாற்றாக வேறு பொருட்களை ஆய்வாளர்கள் கண்டுபிடிக்கத் தொடங்கினர். பிராண்டன்பெர்கர் எனும் அறிவியலாளர், மரம், பருத்தி, சணல் போன்ற மூலப்பொருட்களைக் கொண்டு 'செலோபேன்' என்ற பயோ பிளாஸ்டிக்கைக் கண்டுபிடித்தார். பாலிலாக்டிக் அமில பயோ பிளாஸ்டிக், வாலஸ் கோரோதர்ஸ் என்பவரால்

கண்டுபிடிக்கப்பட்டது. இது உணவுப் பொருட்களை பேக்கேஜ் செய்யப் பயன்படுத்தப்படுகிறது. பிரெஞ்சு ஆராய்ச்சியாளர் லெமோய்ன் 'பாலி ஹைட்ராக்சி பியூட்ரேட்' எனும் பயோ பிளாஸ்டிக்ஸைக் கண்டறிந்தார். தற்போது பயோபிளாஸ்டிக்ஸ் கரும்புச் சக்கை, காளான்கள், கடற்பாசி, அவகடோ பழங்கள், உருளைக்கிழங்கு, மரவள்ளிக்கிழங்கு, பார்லி, தினை, ஓட்ஸ், அரிசி, சோளம், உருளைக்கிழங்கு, சாமை, கோதுமை, வாழைப்பழத் தோல்கள், கற்றாழை இலைகள் ஆகியவற்றைக் கொண்டு தயாரிக்கப்படுகிறது. பொதுவாக ஸ்டார்ச், செல்லுலோஸ், புரதம், அலிபாடிக் பாலியஸ்டர்கள் அதிகம் உள்ள தாவரங்களிருந்துதான் பயோ பிளாஸ்டிக்ஸ் பெறப்படுகிறது. பெரும்பாலான பயோ பிளாஸ்டிக்குள் மண்ணில் விரைவாக மட்கும் தன்மை கொண்டதால் சுற்றுச்சூழலைப் பெரிதும் மாசுபடுத்துவதில்லை. குறைந்த கார்பன் தடம், குறைந்த நச்சுத்தன்மை, துரிதமாக மட்கும் தன்மை காரணமாக பயோ பிளாஸ்டிக்ஸ் சுற்றுச்சூழலுக்கு உகந்ததாக உள்ளது. இதனால் பிளாஸ்டிக் உற்பத்திக்கான பெட்ரோலியத்தின் நுகர்வு 2025ஆம் ஆண்டளவில் 15–20% குறையக்கூடும். உணவுப் பேக்கிங், அக்ரி மல்சிங், மின்னணுக் கருவிகள், வாகனங்களின் உற்பத்தி, அழகுசாதனப் பொருட்கள், மருத்துவ உபகரணங்கள், காலணிகள், ஆடைகள், ஸ்ட்ராக்கள், கையுறைகள் என பயோ பிளாஸ்டிக்ஸின் பயன்பாடு அதிகமாகும்.

2020ஆம் ஆண்டு, பயோ பிளாஸ்டிக் உற்பத்தி 12 மில்லியன் டன்னாகும். பயோ பிளாஸ்டிக்ஸின் உலகளாவிய சந்தை மதிப்பு, 2021இல் யு எஸ் $ 7.6 பில்லியன் டாலர்கள். 2025ஆம் ஆண்டில், ஆசியா, ஐரோப்பா பிளாஸ்டிக் சந்தையில் 'பயோ பிளாஸ்டிக்' மிகப்பெரிய பங்கைக் கொண்டிருக்கக்கூடும். ஆசியா (32%), ஐரோப்பா (31%), அமெரிக்கா (28%) கண்டங்களில் பயோ பிளாஸ்டிக் உற்பத்தி பெருமளவு அதிகரிக்கக்கூடும். தற்போது பயோ பிளாஸ்டிக்கின் வளர்ச்சி ஆண்டுக்கு 10% ஆக உள்ளது.

2018இல், ஐந்தோவன் தொழில்நுட்பப் பல்கலைக்கழகத்தின் மாணவர்கள், சர்க்கரை, பாலிலாக்டிட் அமிலம் போன்ற பயோ பிளாஸ்டிக்கால் தயாரிக்கப்பட்ட வாகனத்தை உருவாக்கினர். இந்தக் காருக்கு 'நோவா' என்று பெயர் சூட்டப்பட்டது. இந்தக் காரின் எடை 360 கிலோ ஆகும். இது வழக்கமான காரின் எடையில் பாதிதான். பயோ பிளாஸ்டிக் கார்கள் பசுங்குடில் வாயு உமிழ்வைக் குறைக்கின்றன. எடை குறைவாக இருப்பதால், எரிபொருள் திறனும் அதிகரிக்கிறது. மண்ணில் விரைவாக மட்குவதால், சுற்றுச்சூழலை மாசுபடுத்துவதில்லை.

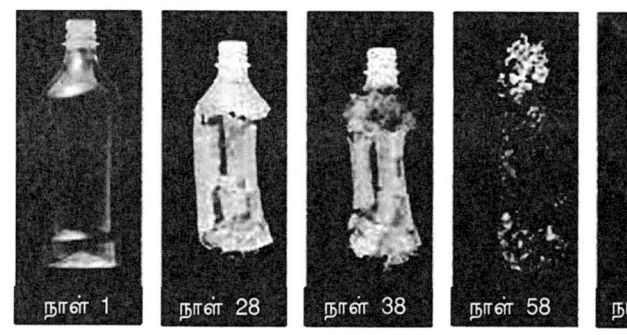

நாள் 1
நாள் 28
நாள் 38
நாள் 58
நாள் 80

பயோ டிகிரேடபிள் பிளாஸ்டிக்

பயோ டிகிரேடபிள் பிளாஸ்டிக்ஸ் என்பது சூரிய ஒளி, ஆக்சிஜன், ஈரப்பதம், நுண்ணுயிரிகள், வெப்பம் போன்ற

பயோபிளாஸ்டிக் மூலம் தயாரிக்கப்பட்ட முதல் கார்

சுற்றுச்சூழல் காரணிகளால் விரைவாகச் சிதைவடையும் பிளாஸ்டிக்குகளைக் குறிக்கிறது. இந்தப் பிளாஸ்டிக்குகள் பொதுவாக பெட்ரோகெமிக்கல் மூலக்கூறுகளிலிருந்து தயாரிக்கப்படுகின்றன. இவற்றில் எளிதில் சிதைவடையக்கூடிய பொருட்களைச் சேர்ப்பதன் மூலம், மட்கும் தன்மையை மேம்படுத்தலாம். பயோ டிகிரேடபிள் பிளாஸ்டிக்ஸ் மற்றும் பயோ பிளாஸ்டிக்ஸ் ஆகியவற்றுக்கு இடையே உள்ள முக்கிய வேறுபாடு என்னவென்றால், பயோ டிகிரேடபிள் பிளாஸ்டிக்ஸ் பெட்ரோகெமிக்கல் மூலக்கூறுகளிலிருந்து தயாரிக்கப்படுகின்றன. பயோ பிளாஸ்டிக்ஸ் தாவரங்களிலிருந்து தயாரிக்கப்படுகின்றன.

பயோ டிகிரேடபிள் பிளாஸ்டிக்ஸ் நீர்நிலைகளில் சிதையும் போது, மைக்ரோபிளாஸ்டிக்ஸ் எனப்படும் சிறிய பிளாஸ்டிக் துகள்களாக உடைந்து போகின்றன. இந்த மைக்ரோபிளாஸ்டிக்ஸ் நீர்வாழ் உயிரினங்களுக்குத் தீங்கு விளைவிக்கும். பயோ டிகிரேடபிள் பிளாஸ்டிக்ஸ் பொதுவாக பாலித்தீன், பாலிஸ்டிரீன் பாலிப்ரோப்பிலீனுக்கு மாற்றாகப் பயன்படுத்தப் படுகின்றன. இந்த வகை பிளாஸ்டிக்ஸ் சுற்றுச்சூழலில் ‘செயற்கை பிளாஸ்டிக்கின்’ பாதிப்பைக் குறைப்பதற்கான ஒரு வழியே தவிர, முற்றிலும் பாதுகாப்பானவை அல்ல.

மைக்ரோ அல்கா பயோ பிளாஸ்டிக்ஸ்

மைக்ரோ அல்காக்கள் என்பவை நுண்ணிய பாசி உயிரினங்கள். இவை கடல்கள், ஏரிகள், குளங்கள், ஆறுகள் ஈரமான மண்ணில் வளர்கின்றன. இவை எத்தனால், பயோடீசல், உயிரி வாயு போன்ற எரிபொருள்களை உற்பத்தி செய்யப் பயன்படுத்தப்படுகிறது. ஒமேகா–3 கொழுப்பு அமிலங்கள், வைட்டமின்கள், நிறமிகள் உற்பத்தியிலும் இவை முக்கியப் பங்கு வகிக்கின்றன. இவை பெருமளவு கார்பன் டை ஆக்சைடை உறிஞ்சி, ஆக்ஸிஜனை வெளியிடுவதன் மூலம் பருவநிலை மாற்றத்தைக் குறைக்க உதவுகிறது. 100 டன் மைக்ரோ அல்காக்கள், 8–10 நாட்களில் சுமார் 183 டன் கார்பன் டை ஆக்சைடை உறிஞ்சும். இது ஒரு ஏக்கர் நிலத்தில் வளரும் மரங்கள் உறிஞ்சும் கார்பன் டை ஆக்சைட்டின் அளவைவிட அதிகமாகும். மைக்ரோ அல்காக்கள் சிறியவைதான், ஆனால் அவற்றின் முக்கியத்துவம் மிகப்பெரியது. இவற்றில் புரதங்கள், செல்லுலோஸ், அமினோ அமிலங்கள், பாலிசாக்கரைடுகள் போன்ற ஊட்டச்சத்துக் களும் அதிகளவில் உள்ளன. இதன் மண்ணில் மட்கும் தன்மை, குறைந்த நீராவி ஊடுருவும் தன்மை போன்ற காரணங்களால் இது பயோபிளாஸ்டிக் பொருட்களின் உற்பத்திக்குப் பெரிதும் பயன்படுகிறது. 2000களில் தான் பயோபாலிமர்களை உற்பத்தி

செய்யும் திறனுக்காக மைக்ரோஅல்காக்கள் கவனத்தைப் பெற்றன. 2015ஆம் ஆண்டில், கலிபோர்னியா பல்கலைக் கழகத்தின் ஆராய்ச்சியாளர்கள், பயோபிளாஸ்டிக் தயாரிப்பில் மைக்ரோஅல்காவைச் சேர்க்கும் புதிய செயல்முறையை உருவாக்கினர். எனினும் மைக்ரோஅல்கா தொடர்பான பயோபிளாஸ்டிக் உற்பத்தி இன்னும் ஆரம்ப நிலையில்தான் உள்ளது. இந்தத் தொழில்நுட்பம் வளர்ச்சியடைந்தால், பாலித்தீன், பாலிவினைல் குளோரைடு, பாலிப்ரோப்பிலீன் போன்ற செயற்கைப் பிளாஸ்டிக்ஸ்களுக்கு மாற்றாக இருக்கும்.

பிளாஸ்டிக்கைச் சிதைக்கும் நுண்ணுயிரிகள்

சுற்றுச்சூழலில் உள்ள சில நுண்ணுயிரிகள், குறிப்பாக பாக்டீரியா, பூஞ்சைகள், பிளாஸ்டிக்குகளைச் சிறிய மூலக்கூறுகளாக உடைத்துவிடும் திறன் கொண்டவை. இந்த நுண்ணுயிரிகள் பிளாஸ்டிக் மூலக்கூறுகளைச் சிதைத்து, அவற்றை மண்ணில் எளிதாக மட்கக்கூடிய மூலக்கூறுகளாக மாற்றுகின்றன. சில பாக்டீரியாக்கள், நீரில் உள்ள பிளாஸ்டிக் துகள்களை உடைத்து, 'உட்கொள்ளும்' தன்மையையும் கொண்டுள்ளன. சில பாக்டீரியாக்கள் பிளாஸ்டிக் மூலக்கூறுகளை 'நொதித்தல்' முறையில் சிதைக்கின்றன. இந்த நொதித்தல் செயல்முறையில், பிளாஸ்டிக் மூலக்கூறுகள், CO_2 மற்றும் சிறிய கரிம மூலக்கூறுகளாக மாற்றப்படுகின்றன. உதாரணமாக,

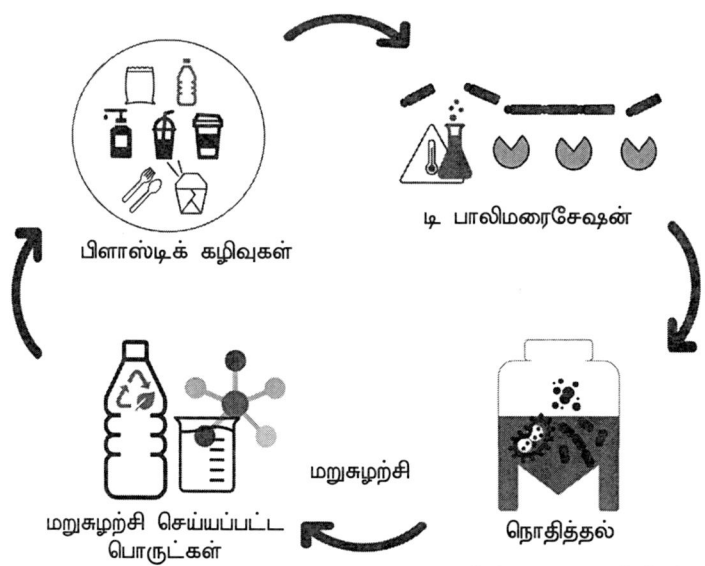

நன்றி: MDPI ஆய்விதழ்

சூடோமோனாஸ் பாக்டீரியா பாலிஸ்டிரீன், பாலியூரிதீன் உள்ளிட்ட பல்வேறு வகையான பிளாஸ்டிக்குகளைச் சிதைக்கும் தன்மை கொண்டது. சில பூஞ்சைகள் பிளாஸ்டிக் மூலக்கூறுகளை 'ஹைட்ரோலைசிஸ்' மூலம் சிதைக்கின்றன. இந்த ஹைட்ரோலைசிஸ் செயல்முறையில், பிளாஸ்டிக் மூலக்கூறுகள் நீர் மற்றும் சிறிய கரிம மூலக்கூறுகளாக மாற்றப்படுகின்றன. சில நுண்ணுயிரிகள் பிளாஸ்டிக் மூலக்கூறுகளை ஆக்சிஜனேற்றம் மூலம் சிதைக்கின்றன. இந்தச் செயல்முறையில், பிளாஸ்டிக் மூலக்கூறுகள் CO_2, நீர், மற்றும் ஆற்றலாக மாற்றப்படுகின்றன. 2016இல், ஜப்பானிய விஞ்ஞானி, பாலித்தீன் டெரெப்தாலேட்டைச் 'சிதைக்கும்' என்சைமைக் கண்டுபிடித்தார். சமீபத்தில், கடலிலுள்ள மைக்ரோபிளாஸ்டிக்ஸைச் சுத்திகரிக்கக்கூடிய 'காந்தச் சுருளை' விஞ்ஞானிகள் உருவாக்கியுள்ளனர். இந்தத் தொழில்நுட்ப மானது, கடல்வாழ் உயிரினங்களுக்கு எந்தப் பாதிப்பையும் ஏற்படுத்தாமல் நீரில் உள்ள மைக்ரோபிளாஸ்டிக்கைச் சிதைக்கக்கூடியது.

பிளாஸ்டிக் கழிவுகளைக் கட்டுமானப் பொருளாக மாற்றுதல்

கட்டுமானப் பொருட்களில் பிளாஸ்டிக் கழிவுகளைப் பயன்படுத்துவது சுற்றுச்சூழலில் பிளாஸ்டிக் மாசுபாட்டைக் குறைக்கும் சிறந்த வழியாகும். செங்கற்கள், ஓடுகள், ஹாலோ பிளாக்ஸ், அக்ரிகேட்ஸ், பில்லர், ஜியோசிந்தெடிக் சிமெண்ட், இன்சுலேஷன் பொருட்கள், சிமென்ட் கலவைகள் ஆகியவற்றில் 'பிளாஸ்டிக் துகள்கள்' கலக்கப்படுகின்றன. இந்த மறு பயன்பாட்டினால், வளிமண்டலத்தில் பிளாஸ்டிக் கழிவுகளால் உமிழப்படும் 'பசுங்குடில் வாயுக்கள்' பெருமளவு குறைகிறது. காகிதம், கண்ணாடி, உலோகங்களுடன் ஒப்பிடும்போது, பிளாஸ்டிக் குறைவான அளவே மறுசுழற்சி செய்யப்படுகிறது. பிளாஸ்டிக்கின் மறுசுழற்சிச் செயல்முறை சிக்கலான பல நிலைகளைக் கொண்டிருப்பதால் இதனை நடைமுறைபடுத்துவது கடினமாக உள்ளது.

இரசாயன மறுசுழற்சியில் பிளாஸ்டிக் கழிவுகள் இரசாயனங்களின் மூலம் அதன் அசல் மூலக்கூறுகளாக உடைக்கப்படுகின்றன. இந்த மோனோமர்கள் பின்னர் புதிய பிளாஸ்டிக் பொருட்களை உருவாக்கப் பயன்படுத்தப்படு கின்றன. வெப்ப மறுசுழற்சியில், பிளாஸ்டிக் கழிவுகள் உயர் வெப்பநிலையில் உருக்கப்படுகின்றன. உதாரணம், உயர் அடர்த்தி பாலித்தீன், பாலித்தீன் டெரெப்தாலேட், பாலிப்ரோப்பிலீன், பாலிஸ்டிரீன், பாலிவினைல் குளோரைடு இந்த முறைகளில்

மறுசுழற்சி செய்யப்படுகின்றன. இரசாயனங்கள், அதிவெப்பத்தால் பாதிக்கப்படாத தன்மை, பரிமாண நிலைப்புத்தன்மை, குறைந்த மின் கடத்தும் தன்மை, ஒலியை உறிஞ்சும் திறன், நீரால் பாதிக்கப்படாத தன்மை காரணமாக பிளாஸ்டிக் துகள்கள் தளங்கள் போடவும், ஓடுகள் தயாரிப்பிலும் பெருமளவு பயன்படுத்தப்படுகின்றன. பாலிவினைல் குளோரைடு, பாலிஸ்டிரீன், பாலித்தீன் டெரெப்தாலேட், அதிக அடர்த்தி கொண்ட பாலித்தீன் போன்றவை கான்கிரீட் கலவையில் சேர்க்கப்படுகின்றன. பிளாஸ்டிக்குகளை அவற்றின் இயற்பியல், வேதிப்பண்புகளை இழக்காமல் மீண்டும்மீண்டும் மறுசுழற்சி செய்யலாம். பிளாஸ்டிக் ஒரு சிறந்த ஒலி காப்புப் பொருள். இது ஒலி அலைகளை உறிஞ்சி, ஒலி மாசுபாட்டைக் குறைக்க உதவுகிறது. கட்டுமானப் பயன்பாடுகளில் பிளாஸ்டிக் கழிவைப் பயன்படுத்துவதன் மூலம், திடக்கழிவு மேலாண்மைப் பிரச்சினைகளைக் குறைக்கலாம். மேலும் இது வட்ட பொருளாதாரத்தின் நிலைத்தன்மையையும் அதிகரிக்கும்.

7

பிளாஸ்டிக்கின் எதிர்காலம்

எங்கெங்கு காணினும் பிளாஸ்டிக்

உலக நிதியகத்தின் அறிக்கையின்படி, இதுவரை உற்பத்தி செய்யப்பட்ட பிளாஸ்டிக்கில் 66%க்கு மேல் ஏற்கெனவே கழிவுகளாக மாறிவிட்டன. 2016ஆம் ஆண்டில் மட்டும், 23 மில்லியன் டன் பிளாஸ்டிக் பொருட்கள் கடல்களில் கலந்துள்ளன. இதே நிலை தொடர்ந்தால், 2030ஆம் ஆண்டில் இந்த அளவு இரட்டிப்பாகி, 2050ஆம் ஆண்டில் 300–400%வரை அதிகரிக்கக்கூடும். எனவே 2040ஆம் ஆண்டிற்குள் மறுசுழற்சி செய்யக்கூடிய பிளாஸ்டிக்கின் அளவை 21% இலிருந்து 54%ஆக அதிகரிக்கப் புதிய தொழில்நுட்பங்கள் தேவை. உலகளாவிய ஒருங்கிணைந்த முயற்சிகள், புதிய தொழில்நுட்பங்கள் மறுசுழற்சி மையங்கள் மூலம் மட்டுமே பிளாஸ்டிக் மாசுபாட்டால் ஏற்படப்போகும் பேரழிவைத் தடுக்க முடியும். 2021ஆம் ஆண்டில் மட்டும் உலகளவில் 139 மில்லியன் டன் பிளாஸ்டிக் கழிவுகள் உருவாக்கப்பட்டன. இது 2019ஆம் ஆண்டை விட 6 மில்லியன் டன்கள் அதிகமாகும். உலகளவில் ஒவ்வொரு ஆண்டும் சுமார் 8 மில்லியன் டன் பிளாஸ்டிக் கழிவுகள் கடலில் கொட்டப்படுகின்றன.

பிளாஸ்டிக் கழிவு மேலாண்மை விதிகள் –2016 படி, 50 மைக்ரான் குறைவான தடிமன் கொண்ட கேரி பைகள் தடை செய்யப்பட்டுள்ளன. இந்தத் தடை பிளாஸ்டிக் மாசுபாட்டைக் குறைப்பதில் முக்கியப் பங்கு வகிக்கிறது.இந்தக் கழிவுகள் சுற்றுலாத்

இரா. மகேந்திரன்

தலங்களின் அழகியலைப் பாதித்து, சுற்றுலா வருவாயைக் குறைக்கின்றன. மேலும் இவற்றைச் சுத்தம் செய்வதற்கான செலவும் அதிகம். பிளாஸ்டிக் மாசுபாட்டைக் குறைக்க, பிளாஸ்டிக் பொருட்களுக்கு மாற்றாக வேறு பொருட்களைப் பயன்படுத்த வேண்டும். பாக்கு மர, வாழை, தாமரை இலைகள், கண்ணாடி, உலோகம், பேப்பர், சணல், பீங்கான், மண்பானை போன்றவை பிளாஸ்டிக் பொருட்களுக்கு மாற்றாகும்.

கடலுக்கு அடியில் பிளாஸ்டிக் பொருட்கள்

நிலையான வளர்ச்சி இலக்குகளில் பிளாஸ்டிக் மாசுபாடு

2024ஆம் ஆண்டிற்குள் சட்டப்பூர்வமாக 'உலகளாவிய பிளாஸ்டிக் தடை ஒப்பந்தத்தை'க் கொண்டுவர ஐ நா சபை திட்டமிட்டுள்ளது. இது பிளாஸ்டிக்கின் உற்பத்தி முதல் கழிவாகுவதுவரையிலான 'முழு வாழ்க்கைச் சுழற்சியையும்' கண்காணிக்கும். 2015ஆம் ஆண்டில் ஐக்கிய நாடுகள் சபையால் ஏற்றுக்கொள்ளப்பட்ட நிலையான வளர்ச்சி இலக்குகளை (SDGs) அடைவதில் பிளாஸ்டிக் மாசுபாட்டைக் குறைப்பது என்பது முக்கியமான பகுதியாகும்.

ச டி ஜி 3 (ஆரோக்கியம், நல்வாழ்வு): பிளாஸ்டிக் என்பது பாலிமர்கள், பிற ரசாயனங்களின் கலவை. பிளாஸ்டிக் பொருட்கள் தயாரிக்கும்போது சுமார் 13000 ரசாயனங்கள் சேர்க்கப்படுகின்றன. உதாரணமாக பிளாஸ்டிசைசர்கள், தீ தடுப்புப் பொருட்கள், சாயங்கள், ஆன்டி – மைக்ரோபியல் பொருட்கள் போன்றவை, பிளாஸ்டிக் பொருட்கள் தயாரிப்பின்போது சேர்க்கப்படும்

இரசாயனங்களாகும். இந்த இரசாயனங்கள் சுற்றுச்சூழல், நமது ஆரோக்கியத்திற்குத் தீங்கு விளைவிக்கக்கூடியவை. இவை வளர்ச்சிக் குறைபாடு, நோய் எதிர்ப்புச் சக்தி குறைவு, ஹார்மோன் கோளாறு போன்ற பிரச்சினைகளை உண்டாக்குகின்றன.

ச டி ஜி 6 (சுத்தமான நீர், சுகாதாரம்): இதன் நோக்கம் நீர்நிலைகளில் பிளாஸ்டிக் மாசுபாட்டைக் குறைப்பதாகும். மேலும் சுத்தமான தண்ணீர், சுகாதார வசதிகளை அனைவருக்கும் கிடைப்பதை உறுதி செய்வதாகும். இது குழந்தைகள் இறப்பு விகிதம், நீரினால் பரவும் நோய்கள், ஊட்டச்சத்துக் குறைபாடு ஆகியவற்றைக் குறைக்க உதவுகின்றன. நீர் மாசுபாட்டைக் குறைப்பதன் மூலம் பருவநிலை மாற்றத்தின் தாக்கங்களையும் மட்டுப்படுத்த முடியும்.

ச டி ஜி 11 (நிலையான நகரங்கள், சமூகங்கள்): மக்கள் தொகை அதிகம் உள்ள நாடுகளில், பிளாஸ்டிக் மாசில்லாத நகரங்கள், குடியிருப்புகளை உருவாக்குவது. உலக மக்கள் தொகையில் பாதிக்கும் மேற்பட்டவர்கள் நகரங்களில் வாழ்ந்து வருகிறார்கள். இந்த எண்ணிக்கை அதிகரித்து வருவதால், நிலையான நகரங்களை உருவாக்குவது அவசியம்.

ச டி ஜி 12 (பயன்பாடு, உற்பத்தி): இது நிலையான உற்பத்தி, நுகர்வு என்ற இலக்கைக் கொண்டுள்ளது. குறிப்பாக, பிளாஸ்டிக் உற்பத்தி முதல் கழிவாகுவது வரையிலான சுழற்சியில் உமிழப்படும் பசுங்குடில் வாயுக்களைக் குறைப்பதாகும். கழிவு மேலாண்மையின் ஒரு பகுதியான பிளாஸ்டிக் பொருட்களை எரிப்பது ‘நச்சு வாயுக்களையும்’ காற்றில் வெளியேற்றுகிறது.

ச டி ஜி 13 (பருவநிலை மாற்ற எதிர்ப்பு நடவடிக்கைகள்): உலகளாவிய வருடாந்திரப் புதைபடிவ எரிபொருட்களின் பயன்பாட்டில் சுமார் 10% பிளாஸ்டிக் பொருட்களைத் தயாரிக்கப் பயன்படுத்தப்படுகிறது. இது பெருமளவு CO_2 வைக் காற்றில் உமிழ்கிறது. எனவே முறையான பிளாஸ்டிக் கழிவு மேலாண்மை பிளாஸ்டிக் பயன்பாட்டைக் குறைப்பது போன்றவை பருவநிலை மாற்றத்தைத் தணிக்க உதவும்.

ச டி ஜி 14 (கடல் பாதுகாப்பு): இது கடலில் பிளாஸ்டிக் மாசுபாட்டைக் குறைப்பதை நோக்கமாகக்கொண்டுள்ளது. குறிப்பாக நாம் உருவாக்கும் பிளாஸ்டிக் கழிவுகளில் பெருமளவு கடலில்தான் கலக்கிறது. எனவே கடற்கரைகளில் பிளாஸ்டிக் கழிவுகளை அகற்றுவதும், கடலில் பிளாஸ்டிக்கைக் கலப்பதைத் தடுப்பதும் மிக முக்கியம்.

வட்ட பொருளாதாரம்

இது நாம் அன்றாடம் பயன்படுத்தும் பொருட்களின் பொருளாதாரரீதியான மறு பயன்பாடாகும். சுற்றுச்சூழல் மாசுபடாத வகையில் பொருட்களை மறுசுழற்சி செய்வதாகும். பிளாஸ்டிக்கிற்கான வட்ட பொருளாதாரம் என்பது பிளாஸ்டிக் கழிவுகளின் மறுபயன்பாடு, மறுசுழற்சிப் பொருட்களை வடிவமைத்தல், மறுசுழற்சி உள்கட்டமைப்பை நிறுவுதல் போன்றவை அடங்கும்.

உலக மறுசுழற்சி தினம் ஒவ்வொரு ஆண்டும் மார்ச் 18 அன்று கொண்டாடப்படுகிறது. நமது சுற்றுச்சூழலைப் பாதுகாக்க நாம் அனைவரும் ஒன்றிணைந்து செயல்பட வேண்டியதன் அவசியத்தை நினைவூட்டும் தினமாகும். இதன் நோக்கம், மறுசுழற்சியின் முக்கியத்துவம் பற்றிய விழிப்புணர்வை ஏற்படுத்துவதையும், கழிவுகளைக் குறைப்பதையும் சுற்றுச்சூழலைப் பாதுகாப்பதுமாகும். காகிதம், கண்ணாடி, பிளாஸ்டிக், உலோகங்கள் போன்ற பொருட்களை மறுசுழற்சி செய்ய வேண்டியதன் அவசியத்தை இது வலியுறுத்துகிறது. ISO 15270:2008 என்பது பிளாஸ்டிக் கழிவுகளை மறுசுழற்சி செய்வதற்கான வழிகாட்டுதல்களை வழங்கும் சர்வதேசத் தரநிலையாகும். இதன் முக்கிய நோக்கம், பிளாஸ்டிக் கழிவு மேலாண்மையின் தரம், செயல்திறனை மேம்படுத்துவதாகும்.

பிளாஸ்டிக் மாசுபாட்டிற்கு எதிரான போராட்டத்தில் 'வட்ட பொருளாதாரம்' வேகம் பெற்று வருகிறது. இந்த முறையில், பிளாஸ்டிக் கழிவுகளை மீண்டும்மீண்டும் மறுசுழற்சி செய்யலாம். இதனால் புதிய பிளாஸ்டிக் பொருட்களை உருவாக்கத் தேவையான மூலப்பொருட்களின் பயன்பாடும் பிளாஸ்டிக் மாசுபாடும் பெருமளவு குறையக்கூடும். எடுத்துக்காட்டாக, உடைந்த பெட் பாட்டில்களை 'மறுசுழற்சி' செய்து புதிய பெட் பாட்டில்களை உருவாக்கலாம். பிளாஸ்டிக் கழிவுகளை மறுசுழற்சி செய்து பைகள், பாத்திரங்கள், பர்னிச்சர்கள், விளையாட்டுப் பொருட்கள், பேனாக்கள், மருத்துவ உபகரணங்கள் போன்றவற்றைத் தயாரிக்கலாம். வட்ட பொருளாதாரம் ஊக்குவிப்பதன் மூலம், பிளாஸ்டிக் மாசுபாட்டிற்கு எதிரான போராட்டத்தில் நாம் வெற்றிபெற முடியும்.

பிளாஸ்டிக் மாசுபாட்டைக் குறைப்பதில் உள்ள சவால்கள்

பிளாஸ்டிக் மாசுபாடு குறித்த ஆராய்ச்சிகள் தொடர்ந்து நடந்துகொண்டிருந்தாலும் இதனால் ஏற்படக்கூடிய குறுகிய, நீண்டகால விளைவுகளைக் குறைப்பதற்கான கொள்கைகள், சட்டங்கள், நடவடிக்கைகளை நாம் கடைபிடிப்பது அவசியம். சில சமயங்களில் 'அவசர'ச் சட்டங்கள், அதிகப் பொருளாதார இழப்பையும், சுற்றுச்சூழலில் மிக மோசமான விளைவுகளையும் உண்டாக்கக்கூடும். ஒற்றைப் பயன்பாட்டுப் பிளாஸ்டிக் பைகள் மீதான தடைகள் சில நேரங்களில் எதிர்மறையான விளைவுகளை ஏற்படுத்தியுள்ளன. எடுத்துக்காட்டாக, இங்கிலாந்தில் ஒற்றைப் பயன்பாட்டுப் பிளாஸ்டிக் பைகள் மீதான வரியானது, தடிமனான மறுபயன்பாட்டுப் பிளாஸ்டிக்

லீனியரிலிருந்து வட்ட பொருளாதாரம்

இரா. மகேந்திரன்

பைகளின் பயன்பாட்டை அதிகரித்தது. ஆனால் இவைகளும் ஒற்றைப் பயன்பாட்டுப் பிளாஸ்டிக் பைகள் போல ஒருமுறை மட்டும் பயன்படுத்தப்பட்டு, கழிவுகளாக்கப்பட்டன. இதேபோல், 2002இல் பிளாஸ்டிக் பைகளைத் தடை செய்த பங்களாதேஷில் இந்தப் பைகள் இன்னும் பரவலாக விற்பனை செய்யப்பட்டு வருகின்றன. பிளாஸ்டிக் பொருட்கள் மீதான தடைகளும், கடுமையான விதிமுறைகளும் அதன் பின்விளைவு களைக் கருத்தில் கொண்டே எடுக்க வேண்டிள்ளது.

பாலித்தீன் டெரெப்தாலேட் (பெட்) பாட்டில்கள் சிதைவதற்குப் பல நூற்றாண்டுகள் ஆகும். இவை மண்ணில் மட்கிப் போகாமல், ஒளியை உறிஞ்சும் தன்மையைக் கொண்டுள்ளது. இது சுற்றுச்சூழலுக்கு ஆபத்தை விளைவிக்கிறது. பாலிவினைல் குளோரைடு (பி வி சி) சுற்றுச்சூழலுக்குப் பெரும் ஆபத்தை ஏற்படுத்தும் ஒரு பிளாஸ்டிக். இது பேனர்கள், ப்ளெக்ஸ், பேக்கேஜிங் பொருட்கள் தயாரிப்பில் பயன்படுத்தப்படுகிறது. இவற்றில் உள்ள டையாக்ஸின்கள், பென்சீன், தாலேட்டுகள், சாயங்கள் போன்ற நச்சுப்பொருட்கள் சுற்றுசூழலில் வெளியிடப்பட்டு, பெரும் மாசுபாட்டை உண்டாக்குகிறது.

பிளாஸ்டிக் மாசுபாட்டைக் குறைப்பதில் நமது பங்கு

எதிர்காலப் பிளாஸ்டிக் மாசுபாட்டைக் குறைக்க, நாம் இன்று எடுக்கும் நடவடிக்கைகள் முக்கியம். இப்போதே சில நடவடிக்கைகளை மேற்கொண்டால்தான், நாம் எதிர்காலத்தில் பிளாஸ்டிக் மாசுபாட்டைக் குறைக்க முடியும். மக்களுக்குப் பிளாஸ்டிக்கின் சுற்றுச்சூழல் தாக்கம் பற்றிய விழிப்புணர்வை ஏற்படுத்துவது அவசியம். பிளாஸ்டிக் மாசுபாட்டின் தீமைகள் குறித்து மக்களுக்கு விழிப்புணர்வை ஏற்படுத்த, அரசு, தனியார் நிறுவனங்கள் இணைந்து செயல்பட வேண்டும். பிளாஸ்டிக் உற்பத்தி / பயன்பாட்டில் கடுமையான கட்டுப்பாடுகளை விதிப்பதன் மூலம், பிளாஸ்டிக் பயன்பாட்டைக் குறைக்க முடியும். புதிய மறுசுழற்சித் தொழில்நுட்பங்கள் பிளாஸ்டிக் கழிவுகளை மறுசுழற்சி செய்வதை எளிதாக்கி, அதிக அளவில் மறுசுழற்சி செய்ய உதவும். எளிதில் மட்கும் பிளாஸ்டிக் பொருட்களைப் பயன்படுத்துவதன் மூலம் பிளாஸ்டிக் கழிவுகள் சுற்றுச்சூழலை மாசுபடுத்தும் அபாயத்தைக் குறைக்க முடியும்.

பிளாஸ்டிக் மாசுபாட்டைக் குறைப்பது என்பது நமது எதிர்காலச் சந்ததியினருக்கு 'வாழத்தகுதியான' பூமியை நாம் கொடுப்பதாகும். பூமியின் வயது தோராயமாக 4.54 பில்லியன் ஆண்டுகள் என மதிப்பிடப்பட்டுள்ளது. பூமியில் உள்ள பாறைகளை ரேடியோ மெட்ரிக் டேட்டிங் என்ற தொழில்நுட்ப

முறையில் கணக்கிட்டும், நமது சூரியக் குடும்பத்தின் விண்கற்கள் பற்றிய ஆய்வும் பூமியின் வயது 4.54 பில்லியன் ஆண்டுகள் என்பதற்கு வலுவான ஆதாரங்களை வழங்கியுள்ளன. 2021இல், நாசா அனுப்பிய ஜேம்ஸ் வெப் விண்வெளி தொலைநோக்கி பிரபஞ்சத்தில் உள்ள விண்மீன் திரள்கள், நட்சத்திரங்கள், புறக்கோள்கள் (எக்ஸோ பிளானெட்ஸ்) போன்றவற்றைக் கண்காணிக்க வடிவமைக்கப்பட்டது. இதன் மூலம் நமது பிரபஞ்சம், பூமியின் தோற்றம் பற்றிய புதிய தகவல்களை அறிந்துகொள்ள முடியும்.

தற்போதைய (டிசம்பர், 2023) உலக மக்கள்தொகை 807 கோடி. இது, 2064இல் 973 கோடியாக உயரும் என கணிக்கப்பட்டுள்ளது. எனவே பிளாஸ்டிக் பொருட்களின் பயன்பாடும் எதிர்காலத்தில் அதிகரிக்கக்கூடும். உலகெங்கிலும் உள்ள கடல்கள், ஆறுகள், ஏரிகளில் 'நுழையும்' பிளாஸ்டிக் பொருட்களை ஆய்வு செய்யும் ஆய்வாளர்கள் எதிர் காலத்தில் பிளாஸ்டிக்கால் உண்டாகப்போகும் தாக்கங்களைப் பற்றி அச்சம் கொள்கிறார்கள். இந்த உலகைக் காக்க, பிளாஸ்டிக் உற்பத்தி பெருமளவு குறைக்கப்பட்டு, மறுசுழற்சி, மறுபயன்பாட்டிற்கான பிளாஸ்டிக் பொருளாதாரத்தை அதிகரிப்பதுதான் சிறந்த வழியாகும். பிளாஸ்டிக் மாசுபாட்டை எதிர்த்துப் போராட, நாம் எவ்வாறு பிளாஸ்டிக் பொருட்களைப் பயன்படுத்துகிறோம், அகற்றுகிறோம் என்பதை அனைவரும் பரிசீலிக்க வேண்டும்.

➢ நாம் ஷாப்பிங் செல்லும்போது, காகித/துணிப் பையை எடுத்துச் செல்ல வேண்டும். பிளாஸ்டிக் பைகள் இருந்தால் அவற்றை மீண்டும்மீண்டும் பயன்படுத்த வேண்டும். வெளியில் செல்லும் பொழுது பழைய பிளாஸ்டிக் பாட்டில்/உலோகத்திலான பாட்டிலில் குடிநீரை எடுத்துச் செல்லலாம்.

➢ 'கடற்கரைத் தூய்மையை' நாம் அனைவரும் காக்க வேண்டும். கடற்கரைத் தூய்மையைப் பராமரிப்பது என்பது ஒரு அழகான சுற்றுச்சூழலை உருவாக்க உதவும்.

➢ பிளாஸ்டிக் மாசுபாடு பற்றிய விழிப்புணர்வை ஏற்படுத்தவும், கழிவு மேலாண்மை நடைமுறைகளை அதிகப்படுத்தவும், 'பிளாஸ்டிக் இல்லாத ஜூலை' போன்ற வழிமுறைகளைப் பின்பற்றலாம். மறுசுழற்சி செய்யப்பட்ட பிளாஸ்டிக்கால் ஆன பொருட்கள், பயோபிளாஸ்டிக்ஸ் போன்றவற்றை நாம் பயன்படுத்த வேண்டும். அன்றாட வாழ்வில், நாம் அதிக அளவில் பயன்படுத்தும் பிளாஸ்டிக் பொருட்கள், ஒற்றைப் பயன்பாட்டுப் பிளாஸ்டிக் பொருட்கள் ஆகும். இவை

சுற்றுச்சூழலுக்குப் பெரும் பாதிப்பை ஏற்படுத்துகின்றன. எனவே இவற்றை நாம் தவிர்க்க வேண்டும்.

➢ பிளாஸ்டிக் பாட்டிலிலுள்ள பானங்களைத் (சோடா, பழச்சாறு, தண்ணீர்) தவிர்க்கலாம். இறைச்சி, உணவுகளை வாங்குவதற்கு வீட்டிலிருந்தே பாத்திரங்களைக் கொண்டு செல்லலாம். அழகு சாதனப்பொருட்களைப் பயன்படுத்துதலைக் குறைக்கலாம். இவற்றில், மிகச்சிறிய நானோ பிளாஸ்டிக் துகள்கள் உள்ளன.

➢ டெப்ளான் பூசப்பட்ட சமையல் பாத்திரங்களைத் தவிர்க்கலாம். ஏனென்றால் இவை சூடாகும்போது 'பெர் ப்ளூரோ மூலக்கூறுகளை' வெளியிடக்கூடும்.

➢ ஒற்றைப் பயன்பாட்டுப் பிளாஸ்டிக் பேனாக்களையும், சி டி, டி வி டிகளின் பயன்பாட்டையும் தவிர்க்கலாம். இவைகள் 'பாலிகார்பனேட்' எனும் பிளாஸ்டிக்கால் ஆனவை.

➢ பி வி சி பேனர்ஸ் வைப்பதைத் தவிர்க்கலாம். பொதுவாக, பிவிசி பேனர்கள் விளம்பரத்திற்காகவே வைக்கப்படுகின்றன. பிவிசி என்பது ஸ்டைரீன் மற்றும் வினைல் குளோரைடு ஆகியவற்றால் ஆனது. இந்தப் பேனர்களின் உற்பத்தி நச்சு வாயுக்களை வெளியிடுகிறது. இவற்றின் கழிவுகள் நிலம், நீர்நிலைகளை மாசுபடுத்துகின்றன. இந்தப் பேனர்களை எரிக்கும்போது, நச்சு வாயுக்கள் வெளியிடப்படுகின்றன, இது காற்று மாசுபாட்டிற்கு வழிவகுக்கிறது. இந்தப் பேனர்களால் சுற்றுச்சூழல் மாசுபடுத்துவதைத் தடுக்க இவற்றை நாம் தவிர்க்கலாம். இவற்றைப் பயன்படுத்திய பின்னர் சேகரித்து மறுசுழற்சி செய்யலாம்.

➢ காகிதக் கப்புகளிலும் 'மெல்லிய பிளாஸ்டிக் பூச்சு' உள்ளது. எனவே கண்ணாடி டம்ளரைப் பயன்படுத்தலாம். பிளாஸ்டிக் பாக்ஸில் உள்ள ஐஸ்க்ரீம் வாங்குவதைவிட 'கோனில்' வாங்கலாம்.

➢ பிளாஸ்டிக்கினால் 'கவர்' செய்யப்படாத பழங்கள், காய்கறிகளை வாங்கலாம். புரோசன் உணவுகள் வாங்குவதைத் தவிர்க்கலாம். இவை பெரும்பாலும் பிளாஸ்டிக்கினால் பேக்கிங் செய்யப்படுகின்றன. இயற்கை இழைகளால் நெய்யப்பட்ட துணிகளையும், மரத்திலான சீப்பு, டூத் பிரஷ்களைப் பயன்படுத்தலாம். பாலியஸ்டர், அக்ரிலிக், நைலான் போன்ற பிளாஸ்டிக்கிலான ஆடைகள், சலவையின் போது மில்லியன் கணக்கான மைக்ரோ பைபர்களைச் சுற்றுச்சூழலில்

வெளியிடுகின்றன. சணல் இழையால் செய்யப்பட்ட காலணிகளை வாங்கலாம்.

சில உதாரணங்கள் மட்டுமே இங்குக் கொடுக்கப்பட்டுள்ளன. நாம் தினமும் பயன்படுத்தும் பிளாஸ்டிக் பொருட்களுக்கு மாற்றாக உலோகங்கள், காகிதம், கண்ணாடி, மரத்தாலான பொருட்களைப் பயன்படுத்த வேண்டும். பிளாஸ்டிக் மாசுபாடு இதே நிலையில் தொடர்ந்தால், 2050க்குள் உலகளவில் 33 பில்லியன் டன் பிளாஸ்டிக் கழிவுகள் உருவாகக்கூடும். இந்த மாசுபாட்டிற்கு எதிரான அரசின் சட்டதிட்டங்களைப் பின்பற்றி, நம்முடைய 'பழக்கவழக்கங்கள்' வாயிலாக மட்டுமே மாற்றத்தை ஏற்படுத்த முடியும். 'நாம் எப்போது பிளாஸ்டிக் மாசுபாட்டிற்கு எதிரான நடவடிக்கைகளை எடுக்க வேண்டும்?' என்ற கேள்விக்கான பதில் 'இப்போது' என்பதுதான். பிளாஸ்டிக் மாசுபாடு சிக்கலான, அவசர கால நெருக்கடி நிலையாகும். இதற்கு அனைத்து நாடுகளின் மிகத் தீவிரமான சட்டங்களும், மக்களின் ஒத்துழைப்பும் தேவை. சுற்றுச்சூழல், வனவிலங்குகள், கடல்வாழ் உயிரினங்களைப் பாதுகாப்பது மட்டுமல்லாமல், நமது எதிர்காலச் சந்ததியினருக்கு 'ஆரோக்கியமான' உலகத்தைக் கொடுக்க வேண்டியதும் நமது தலையாய கடமையாகும்.

இரா. மகேந்திரன்

References

T.M. Letcher. Plastic Waste and Recycling: Environmental Impact, Societal Issues, Prevention, and Solutions, Academic Press, 2020 (ISBN - 978-0-12-817880-5).

M. Niaounakis. Recycling of Flexible Plastic Packaging. Elsevier Inc. 2020 (ISBN - 978-0-12-816335-1).

G. Bonanno and M. Orlando-Bonaca. Plastic Pollution and Marine Conservation: Approaches to Protect Biodiversity and Marine Life. Academic Press. 2022. (ISBN 978-0-12-822471-7).

R. Beiras. Marine Pollution: Sources, Fate and Effects of Pollutants in Coastal Ecosystems. Elsevier, 2018. (ISBN: 9780128137369).

G. Bonanno and M. Orlan do-Bonaca. Plastic Pollution and Marine Conservation Approaches to Protect Biodiversity and Marine Life, ISBN 978-0-12-822471-7, Academic Press, 2022.

G. Krantzberg, S. Jetoo, V. I. Grover, S. Babel. Plastic Pollution: Nature Based Solutions and Effective Governance, CRC Press, ISBN-10: 0367684802, 2023

Rachael Rothman and Anthony J. Ryan. Plastic Pollution in the Global Ocean, world scientific press. 2023

A. Ahamad, P. Singh, D. Tiwary. Plastic and Microplastic in the Environment: Management and Health Risks. ISBN:9781119800781, John Wiley & Sons Ltd. 2022

sciencehistory.org

sciencedirect.com

scientificamerican.com

weforum.org

pexels.com

nationalgeographic.com

hindawi.com

sciencedaily.com

chemrxiv.org

mdpi.com/journals/images

link.springer.com

iopscience.iop.org

wsj.com (New Species of Bacteria Eats Plastic)

vectorstock.com/royalty - free - images

news.mit.edu

unep.org